INSIGHT PUBLICA

Nadakkavu, Kozhikode, Kerala
www.insightpublica.com
e-mail: insightpublica@gmail.com

Kaithiri Nalangal

Dr. M Jayaprakash

(Malayalam Articles)

First Edition: November 2021

ISBN 978-93-5517-087-3
Cover Design: KJVJ
Printed and Published by
Insightinpublica Printers & Publishers Pvt. Ltd.

കൈത്തിരി നാളങ്ങൾ

ലേഖന സമാഹാരം

ഡോ. എം. ജയപ്രകാശ്

INSIGHT PUBLICA ®

1949 ൽ തൃശ്ശൂരിൽ ജനനം മാത്തമാറ്റിക്സൽ ബിരുദം നേടിയതിനു ശേഷം പിതാവ് കൊട്ടാരത്ത് കൊച്ചുണ്ണി നായർ തുടങ്ങി വച്ച പ്രകാശ് സ്റ്റോഴ്സ് എന്ന സ്ഥാപനത്തിന്റെ ചുമതലയേറ്റെടുത്തു.

തുടർന്ന് പ്രൈവറ്റായി പഠിച്ച് ഇംഗ്ളീഷ് സാഹിത്യത്തിൽ എം എ ബിസിനസ്സ് അഡ്മിനിസ്ട്രേഷനിൽ ബിരുദാനന്തര ബിരുദം, സാഹിത്യത്തിൽ ഡോക്ടറേറ്റ് എന്നിവ നേടി. വിദ്യാഭ്യാസ കാലഘട്ടം മുതൽ പൊതുപ്രവർത്തന രംഗത്ത് കാലെടുത്തു വച്ചു. അനേകം ലേഖനങ്ങളും,ചെറുകഥകളും, ആനുകാലിക പ്രസിദ്ധീകരണങ്ങളിൽ കൂടി പുറത്തുവന്നിട്ടുണ്ട്. തൃശ്ശൂരിൽ പല വാണിജ്യ വ്യവസായ സ്ഥാപനങ്ങളുടേയും മേധാവിയായി പ്രവർത്തനം തുടരുന്നു. വ്യാപാരി വ്യവസായി പ്രസ്ഥാനത്തിന്റെ ആശയങ്ങൾ ജനമദ്ധ്യത്തിലേക്ക് എത്തിക്കുന്നതിന് തൂലിക ചലിപ്പിച്ചുകൊണ്ടിരിക്കുന്ന ജയപ്രകാശ് സംഘടനയുടെ യുവജന വിഭാഗത്തിന്റെ സ്ഥാപക പ്രസിഡന്റായിരുന്നു. 1984 പൊതുതിരെഞ്ഞെടുപ്പിൽ തൃശ്ശൂർ ലോകസഭാമണ്ഡലത്തിൽ, വ്യാപാരി വ്യവസായി ഏകോപന സമിതിയുടെ സ്വതന്ത്രസ്ഥാനാർത്ഥിയായി മത്സരിച്ചിട്ടുണ്ട്. സംഘടനയുടെ തൃശ്ശൂർജില്ലാ പ്രസിഡന്റ്, സംസ്ഥാന സെക്രട്ടറി. സംസ്ഥാന വൈസ് പ്രസിഡന്റ്, സംസ്ഥാന ജനറൽ സെക്രട്ടറി എന്നീ പദവികൾ അലങ്കരിച്ച ജയപ്രകാശ്. ഇപ്പോൾ അഖിലേന്ത്യാ വ്യാപാരി സംഘടനയായ ഭാരതീയ ഉദ്യോഗവ്യാപാർ മണ്ഡലിന്റെ ദേശീയ ജനറൽ സെക്രട്ടറിയാണ്.

അവാർഡുകൾ; 1989 ലെ മികച്ച സംഘാടകനുള്ള സി. എം ജോർജ് അവാർഡ്, 2004 സൂര്യ ടി വി യുടെ ഓൾ കേരള എക്സലൻസ് അവാർഡ്, 2006 ലെ തൃശ്ശൂർ പൗരാവലിയുടെ മികച്ച സാംസ്കാരിക പ്രതിഭകളുടെ അവാർഡ്, 2007 ലെ തൃശ്ശൂർ പൗരാവലിയുടെ മികച്ച സംഘാടകനുള്ള അവാർഡ്, 2015 ലെ യു. കെ യിലെ ആത്മ ഇന്റർനാഷണലിന്റെ നാഷണൽ എക്സലസ് അവാർഡ്, 2016 ലെ കോലാറിലെ ഗിവിംങ്ഹാൻഡ് ഫൗണ്ടേഷന്റെ ലൈഫ് ടൈം അച്ചീവ്മെന്റ് അവാർഡ്, 2016 ലെ കൽക്കത്തയിലെ സിസ്റ്റർ മാർഗരറ്റ് ഫൗണ്ടേഷന്റെ സ്വാമിവിവേകാനന്ദ അവാർഡ്, 2017 ലെ ഹിന്ദു എക്കണോമിക്ക് ഫോറത്തിന്റെ നവരത്ന അവാർഡ് എന്നിവ ജയപ്രകാശിന്റെ തൊപ്പിയിലെ തൂവലാണ്.

കൃതികൾ: *ഓർമ്മയുടെ ഓളങ്ങളിൽ, സമരപുളകങ്ങൾ, ഹൃദയാഞ്ജലി, ജാലകം തുറന്നാൽ, സ്മരമകളിരമ്പുന്നു, കാഹളം മുഴങ്ങുന്നു, സിന്ദൂരമാലകൾ, എന്റെ ആൽബത്തിൽ, വർഷബിന്ദുക്കൾ* എന്നീ ഗ്രന്ഥങ്ങൾ പ്രസിദ്ധീകരിച്ചിട്ടുണ്ട്.

വിലാസം: സുപ്രഭ വെളിയന്നൂർ, തൃശ്ശൂർ - 680021,ഫോൺ 9847053283

എം. ജയപ്രകാശ്

ആമുഖം

കേരള വ്യാപാരി വ്യവസായി ഏകോപന സമിതി എന്ന മഹൽ പ്രസ്ഥാനത്തിന്റെ സംസ്ഥാന തലത്തിലുള്ള നേതാവായി അനേക വർഷം പ്രവർത്തിക്കേണ്ടി വന്ന എനിക്ക് വ്യാപാര വ്യവസായ മേഖലയിലെ പ്രശ്നങ്ങളെയും പരിഹാരങ്ങളേയും സംബന്ധിച്ചും പ്രസ്തുത മേഖലയോട് ബന്ധപ്പെട്ട വിഷയങ്ങളെ അടിസ്ഥാനപ്പെടുത്തിയും ധാരാളം ലേഖനങ്ങൾ അനുകാലിക പ്രസിദ്ധീകരണങ്ങളിൽ അക്കാലങ്ങളിൽ പ്രസിദ്ധീകരിക്കേണ്ടതായി വന്നിട്ടുണ്ട്.

കേരളത്തിലെ പ്രമുഖ പത്രങ്ങളായ ദീപിക, രാഷ്ട്ര ദീപിക, എക്സ്പ്രസ്സ്, മാധ്യമം, ടെലഗ്രാഫ്, ജനറൽ, സ്വതന്ത്രമണ്ഡപം എന്നീ പത്രങ്ങളിലും ധനം, ബിസിനസ്സ്,ദീപിക, വ്യാപാര വേദി സെയിൽസ് ടാക്സ് വോയ്സ് എന്നീ മാസികകളിലും പ്രസിദ്ധീകരിച്ച ലേഖനങ്ങളിൽ പ്രധാനപ്പെട്ടവ തിരഞ്ഞെടുത്ത് കാഹളം മുഴങ്ങുന്നു, സിന്ദൂരമാലകൾ എന്ന പേരുകളിൽ 2 ലേഖന സമാഹാരങ്ങൾ ഈയിടെ പ്രസിദ്ധീകരിക്കയുണ്ടായി. എന്റെ ലേഖന സമാഹാരത്തിന്റെ മൂന്നാം ഭാഗമാണ് കൈത്തിരി നാളങ്ങൾ എന്ന ഈ ഗ്രന്ഥം.

വായനക്കാരിൽ നിന്നും പത്രമാധ്യമങ്ങളിൽ നിന്നും സുഹൃത്തുക്കളിൽ നിന്നും ലഭിച്ച വൻ പിന്തുണയാണ് ഈ ഉദ്യമത്തിന് തുനിയുവാൻ എന്നെ പ്രേരിപ്പിച്ചത്.

വ്യാപാര വ്യവസായ മേഖലയിലെ പല വസ്തുതകൾക്കും ചരിത്രപരമായ ഒരു രേഖ എന്ന നിലയിൽ ഈ ഗ്രന്ഥം മാറുമെന്നാണ് പ്രതീക്ഷിക്കുന്നത്. കാലഘട്ടം അത് ആവശ്യപ്പെടുന്നുണ്ട്. വസ്തുതകളോട് നീതി പുലർത്തുവാൻ സാധിച്ചിട്ടുണ്ട് എന്നത് എനിക്ക് സംതൃപ്തി നൽകുന്നു.വായനകാർക്ക് അവ തൃപ്തി നൽകുന്നുണ്ടെങ്കിൽ ഞാൻ സന്തുഷ്ടനാണ്.

1980 മുതൽ 2013 വരെ കേരള വ്യാപാരി വ്യവസായി ഏകോപന സമിതിയുടെ യൂത്ത് വിംങ്ങ് സ്ഥാപക പ്രസിഡന്റ്, തൃശ്ശൂർ ജില്ലാ പ്രസിഡന്റ്, സംസ്ഥാന സെക്രട്ടറി, സംസ്ഥാന വൈസ് പ്രസിഡന്റ്, സംസ്ഥാന ജനറൽ സെക്രട്ടറി എന്നീ പദവികളിൽ സേവനമനുഷ്ഠിച്ചതിന് ശേഷം ഇപ്പോൾ അഖിലേന്ത്യാ സംഘടനയായ ഭാരതീയ ഉദ്യോഗ്പാർ മണ്ഡലിന്റെ ദേശീയ ജനറൽ സെക്രട്ടറിയായി പ്രവർത്തിക്കുകയാണ് ഞാൻ. തൃശ്ശൂർ നഗരത്തിലെ വ്യാപാരി സംഘടനകളായ തൃശ്ശൂർ ജില്ലാ മർച്ചന്റ്സ് അസോസിയേഷന്റെ പ്രസിഡന്റായും തൃശ്ശൂർ ചേമ്പർ ഓഫ് കോമേഴ്സിന്റെ ഡയറക്ടറായും പ്രവർത്തിച്ച് കൊണ്ടിരിക്കുന്നു. തൃശ്ശൂരിലെ സാമൂഹ്യ സംഘടനയായ തൃശ്ശൂർ സൗഹാർദ വേദിയുടെ പ്രസിഡന്റ് എന്ന നിലയിലും പൊതുരംഗത്ത് പ്രവർത്തിക്കുവാൻ ഭാഗ്യം ലഭിച്ച എനിക്ക് അനുഭവങ്ങൾ ഏറെയാണ്. ആ അനുഭവങ്ങൾ വായനക്കാരുമയി പങ്കുവയ്ക്കുവാൻ സാധിക്കുന്നതിൽ ഞാൻ അതീവചാരിതാത്ഥ്യനാണ്.

ഈ ഗ്രന്ഥം പ്രസിദ്ധീകരിക്കുവാൻ മുൻകൈ എടുത്ത ഇൻസൈറ്റ് പബ്ലിക്കയ്ക്കും എല്ലാ സഹായ സഹകരണങ്ങളും നൽകിയ വ്യക്തികൾക്കും സംഘടനകൾക്കും നന്ദി രേഖപ്പെടുത്തുന്നു.

ഡോ. എം. ജയപ്രകാശ്

ഉള്ളടക്കം

അമ്പലവട്ടത്തിന്റെ വാണിജ്യവിശേഷം

അന്ധവിശ്വാസങ്ങളുടെ സംരക്ഷകനായി അലറിയടുത്ത കോമരത്തിന്റെ തലയറുത്ത് ജനക്ഷേമത്തിനായി പടവാളേന്തിയ ഉല്പതിഷ്ണുവായ ശക്തൻതമ്പുരാന്റെ പരിലാള നമേറ്റ് വളർന്നു വന്നതാണ്. ചിരപുരാതമായ തൃശ്ശൂർ നഗരവും അവിടുത്തെ വ്യാപാരവ്യവസായ രംഗവും നാടിന്റെ പുരോഗതി ത്വരിതപ്പെടുത്തുന്നതിന് അവിഭാജ്യഘടകമാണ് വാണിജ്യരം ഗത്തെ വളർച്ചയെന്ന് മുൻകൂട്ടി മനസ്സിലാക്കിയ ആ ഭരണാ ധിപൻ അതിനാവശ്യമായ നടപടികൾ കൈകൊണ്ടിരുന്നു. വാണിജ്യരംഗത്തെ ശൂന്യത നികത്തുവാൻ വർത്തകശ്രേഷ്ഠരായ ചില കൃസ്ത്യാനി കുടുംബങ്ങളെ തൃശ്ശൂരിലേക്ക് ക്ഷണിച്ചുവരുത്തി, അവർക്ക് വ്യാപാരം നടത്തുന്നതിനാവശ്യമായ എല്ലാ സൗക ര്യങ്ങളും അദ്ദേഹം ചെയ്തു കൊടുത്തു. ആ ഭരണാധികാരിയുടെ ദീർഘവീക്ഷണത്തെ എത്ര പ്രശംസിച്ചാലും മതിവരികയില്ല.

വ്യാപാര രംഗത്ത് അന്ന് പ്രവർത്തിച്ചിരുന്നവരുടേയും ഭരണാധികാരികളുടേയും ശ്രമഫലമായി കൊച്ചി രാജ്യത്തിലെ പ്രമുഖ വ്യാപാരകേന്ദ്രമായി തൃശ്ശൂർ വളർന്നു. വടക്കുനാഥൻ ക്ഷേത്രമതിൽക്കെട്ടിന് പുറത്തുള്ള പ്രദിക്ഷണ വഴിയുടെ അരി കുപറ്റിയാണ് മാർക്കറ്റുകൾ ഉയർന്നു വന്നത്. ഇന്ന് അരിയങ്ങാടി,

നായരങ്ങാടി, ചന്തങ്ങാടി എന്നറിയപ്പെടുന്ന സ്ഥലങ്ങളിലെ വീടുകൾ രൂപം മാറി വ്യാപാര സ്ഥാപങ്ങളായി മാറി. മൊത്ത വ്യാപാരസ്ഥാപനങ്ങളാണ് ആ മേഘലയിൽ വളർന്നു വന്നത്. പിന്നീട് വ്യാപാരസ്ഥാപനങ്ങൾ പ്രദക്ഷിണ വഴിക്ക് ചുറ്റും വീടുകൾ രൂപം മാറി ഉയർന്നു വന്നു. പിന്നീടാകട്ടെ പ്രദക്ഷിണ വഴിയിൽനിന്ന് പുറപ്പെടുന്ന റോഡുകളുടെ ഇരുവശങ്ങളിലും വ്യാപാരസ്ഥാപനങ്ങൾ ഉയർന്നുകൊണ്ടിരുന്നു.

തൃശ്ശൂർ നഗരത്തിലെ വ്യാപാരകേന്ദ്രങ്ങളുടെ വളർച്ചയുടെ അലയടികൾ പരിസരപ്രദേശങ്ങളിലെല്ലാം ഉണ്ടായി. വിപണന രംഗത്തെ പല മേഖലകളിലും തൃശ്ശൂർ മാർക്കറ്റ് കുത്തക സൃഷ്ടിച്ചിരുന്നുവെന്നത് ഇന്ന് കടം കഥയായി മാറിയിരിക്കുന്നു. അന്നത്തെ ആധിപത്യത്തിന്റെ സുന്ദരസ്മരണകൾ അയവിറക്കുമ്പോഴെങ്കിലും ഭാവിയെകുറിച്ച് മോഹനസ്വപ്നം നെയ്തെടുക്കുവാൻ അവ പ്രചോദനം നൽകുമെങ്കിൽ അത് ചാരിതാർത്ഥ്യ ജനകം തന്നെ.

ഒരു കാലത്ത് തൃശ്ശൂരിലെ അരിമില്ലുകൾ മലയാളക്കരയിൽ മേൽക്കോയ്മ സൃഷ്ടിച്ചിരുന്നു. മലയാളിക്ക് പ്രിയങ്കരമായ നല്ല പുഴുക്കലരി വിതരണം ചെയ്തിരുന്നത് തൃശ്ശൂരിലെ മില്ലുകളിൽ നിന്നായിരുന്നു. ബ്രിട്ടീഷ് ഭരണകാലത്ത് കാർഷിക മേഖലയിൽ നാം സ്വയം പര്യാപ്തരല്ലായിരുന്നു. അന്ന് നമ്മൾക്കാവശ്യമായ നെല്ലും അരിയും സിംഗപ്പൂർ, ബർമ്മ എന്നീ രാജ്യങ്ങളിൽ നിന്നായിരുന്നു ഇറക്കുമതി ചെയ്തിരുന്നത്. ഇറക്കുമതി ചെയ്തിരുന്ന പുഴുക്കലരിക്ക് അസഹ്യമായ നാറ്റം അനുഭവപ്പെട്ടിരുന്നു. ഉപഭോക്താക്കൾക്ക് ഒരിക്കലും അതിനോട് പ്രിയം തോന്നിയതുമില്ല. ഈ അവസരത്തിൽ ഇറക്കുമതി ചെയ്ത നെല്ല് കൊച്ചിയിൽ നിന്ന് കൊണ്ട് വന്ന് തൃശ്ശൂരിലെ റൈസ് മില്ലുകൾ നല്ലയിനം പുഴുക്കലരിയാക്കി മാറ്റി മാർക്കറ്റിൽ ഇറക്കി. പരിസരപ്രദേശങ്ങളിലെ പാടശേഖരങ്ങളിൽ നിന്നുള്ള നെല്ലും ഈ മില്ലുകൾ സംഭരിച്ച് പുഴുക്കലരിയാക്കി മാറ്റി തൃശ്ശൂർ മില്ലുകളിൽ ഉല്പാദിപ്പിക്കപ്പെട്ട പുഴുക്കലരിക്ക് പ്രിയം കൂടുകയും, തൃശ്ശൂരിലെ റൈസ്മില്ലുകൾ വളർച്ച പ്രാപിക്കുകയും ചെയ്തു. ഒപ്പം തന്നെ നഗരത്തിന്റ ഹൃദയഭാഗത്തുള്ള വ്യാപാരകേന്ദ്രമായി അരിയങ്ങാടി ഉയർന്നു വന്നു.

എന്നാൽ രണ്ടാം ലോകമഹായുദ്ധം കൊടുമ്പിരികൊണ്ടപ്പോൾ, പുറം രാജ്യങ്ങളിൽ നിന്നുള്ള നെല്ലിന്റേയും അരിയുടേയും

വരവ് കുറഞ്ഞു. ആന്ധ്രയിൽ നിന്ന് നേരിട്ട് നല്ലയിനം അരി മാർക്കറ്റുകളിൽ എത്തി തുടങ്ങി . അതോടുകൂടി തൃശ്ശൂരിലെ റൈസ് മില്ലുകളുടെ വളർച്ച മുരടിച്ചു. മിക്ക മില്ലുകളും പൂട്ടിയിടേണ്ട ഗതികേടിലായി. ഇന്ന് ഈ മേഖലയിൽ ആധിപത്യം അവകാശപ്പെടുവാൻ തൃശ്ശൂരിന് അർഹതയില്ല എന്ന നിലയിലാണ് വന്ന് ചേർന്നിരിക്കുന്നത്.

അതുപോലെ തന്നെ ഒരു കാലത്ത് ഇന്ത്യയിലെ അടക്ക വിപണനത്തിൽ വൻ പ്രതാപത്തോടെ ഒന്നാം സ്ഥാനത്ത് നിന്നിരുന്ന കൊക്കാലയിലെ അടക്ക ചന്തയുടെയും സ്ഥിതി ഇന്ന് വളരെ ശോചനീയമാണ്.

തൃശ്ശൂരിലെ എൻജിനീയറിംങ്ങ് വ്യവസായവും മുൻകാലങ്ങളിൽ പ്രശസ്തിയുടെ കൊടുമുടിയിൽ തന്നെയായിരുന്നു. ഇന്ത്യയിൽ തന്നെ ധാരാളം വിപണനമേഖല കണ്ടെത്തിയവരായിരുന്നു തൃശ്ശൂരിലെ എൻജിനീയറിംങ്ങ് വ്യവസായികൾ. സത്യസന്ധതകൊണ്ടും വിശ്വസ്തതകൊണ്ടും അവർ ആ മേഖലയിൽ ആധിപത്യം സ്ഥാപിച്ചു. എന്നാൽ കാലങ്ങൾ മാറിയപ്പോൾ, ഉയർന്ന ജീവിത നിലവാരം, തൊഴിൽവേതനനിരക്കുകളിലുണ്ടായ അത്ഭുതപൂർവ്വമായ വളർച്ച എന്നിവ തൃശ്ശൂരിലെ ഉല്പാദനചിലവ് ഉയർത്തി. മറ്റു സംസ്ഥാനങ്ങളിലെ ഇതേ മേഖലയിലുള്ള വ്യവസായികളുടെ ഉല്പന്നങ്ങൾക്ക്,നിർമ്മാണ ചിലവ് കുറഞ്ഞതിനാൽ, കമ്പോളത്തിലെ മാത്സര്യത്തിൽ തൃശ്ശൂരിലെ എൻജിനീയറിംങ്ങ് ഉല്പന്നങ്ങൾ പിന്തള്ളപ്പെട്ടു. ആ മേഖലയിലെ ആധിപത്യത്തിനും അങ്ങിനെ മങ്ങലേറ്റു.

തൃശ്ശൂരിലുണ്ടായിരുന്ന മറ്റൊരു വ്യവസായമായിരുന്നു കല്ലാര വ്യവസായം. മേട്ടുപാളയത്ത് നിന്ന് കൊണ്ടുവന്നിരുന്ന ഇമിറ്റേഷൻ കല്ലുകളെ രൂപപ്പെടുത്തിയെടുക്കുന്നതിൽ വിദഗ്ദരായ തൊഴിലാളികൾ ധാരാളം ഈ മേഖലയിൽ പണിയെടുത്തിരുന്നതുകൊണ്ട് ഈ വ്യവസായവും ഇവിടെ തഴച്ചു വളർന്നു. എന്നാൽ ഈ വ്യവസായം മറ്റു സ്ഥലങ്ങളിൽ അഭിവൃദ്ധിപ്പെട്ടതോടെ ആ രംഗവും തൃശ്ശൂരിൽ നിന്ന് വിട പറഞ്ഞു.

തൃശ്ശൂരിലെ ബാംങ്കിംങ്ങ് വ്യവസായം ഏവരുടേയും വിശ്വാസ്യത കൈപറ്റിയിരുന്നതാണ്. സമുദായ അംഗങ്ങളുടെ ഉന്നമനത്തെ ലാക്കാക്കി കൃസ്ത്യൻ പള്ളികൾ തുടങ്ങി വച്ച

സഹകരണാടിസ്ഥാനത്തിലുള്ള കുറി അല്ലെങ്കിൽ ചിട്ടി ഇടപാടുകൾ തൃശ്ശൂരിൽ മറ്റൊരു വ്യയസായ മേഖലയുടെ ആവിർഭാവത്തിന് തുടക്കം കുറിച്ചു.

പ്രസിദ്ധമായ കുറി കമ്പനികൾ പലതും ബാങ്കിംഗ് വ്യവസായം നടത്തി. ഒരു കാലത്ത് ഇന്ത്യയിൽ ഏറ്റവും അധികം ബാങ്കുകൾ പ്രവർത്തിച്ചിരുന്ന പട്ടണം തൃശ്ശൂർ ആയിരുന്നു. എന്നാൽ റിസർവ് ബാങ്കിന്റെ നിയന്ത്രണങ്ങൾ മൂലം പലതും വലിയ മൂലധന നിക്ഷേപമുള്ള ബാങ്കുകളുമായി ലയിപ്പിക്കേണ്ടി വന്നു. കുറി ഇടപാട് മാത്രം നടത്തിയിരുന്ന സ്ഥാപനങ്ങൾ അത് പോലെ തുടരുകയും ചെയ്തു.മതിയായ ഈടിൻമേൽ മാത്രം പണം കൊടുത്തിരുന്നതുനാൽ ഇവിടുത്തെ കുറിസ്ഥാപനങ്ങൾ ഒന്നും തന്നെ നശിച്ചിരുന്നില്ല എന്നത് തൃശ്ശൂരിലെ കുറി സ്ഥാപനങ്ങളെ കുറിച്ചുള്ള മതിപ്പ് മറ്റു പ്രദേങ്ങളിലുള്ളവരുടെയിടയിൽ വർധിക്കുന്നതിനിടയാക്കി. പ്രമുഖമായ 3 ബാങ്കുകളുടെ ആസ്ഥാനം ഇന്നും തൃശ്ശൂർ പട്ടണത്തിൽ നിലനിൽക്കുന്നുവെന്നത് തൃശ്ശൂരിന്റെ ഈ രംഗത്തെ പ്രവർത്തന മികവായി നമ്മൾക്ക് കണകാക്കാം.

എന്നാൽ പണം പലിശക്ക് കൊടുക്കുന്നതിന് സ്വകാര്യപണമിടപാട് സ്ഥാപനങ്ങളുടെ പെട്ടെന്നുണ്ടായ അഭംഗുര വളർച്ച നാശത്തിന്റെ മുന്നോടിയാണെന്ന് അന്നേ പലരും സംശയിച്ചിരുന്നു. അത്തരം സ്ഥാപനങ്ങളിർ പലതും അതു പോലെ തന്നെ നാമാവശേഷമായി കഴിഞ്ഞു. ആ മേഖലയിൽ ഉണ്ടായ ആഘാതത്തിൽ നിന്ന് മോചിതരാകുവാൻ തൃശ്ശൂരിലെ വ്യാപാര മേഖലക്ക് വളരെയധികം സമയം എടുക്കേണ്ടി വന്നു.

തൃശ്ശൂരിലെ സ്വർണ്ണാഭരണ വ്യാപാരം മറ്റു സംസ്ഥാനങ്ങളിൽ നിന്നുള്ള ഉപഭോക്താക്കളെ പോലും ആകർഷിച്ചിരുന്നു. അതു കൊണ്ടു തന്നെ ധാരാളം സ്വർണ്ണാഭരണ വ്യാപാര സ്ഥാപനങ്ങൾ തൃശ്ശൂരിൽ പൊന്തി വന്നു. എന്നാൽ പിന്നിട് ഈ വ്യാപാരികളിൽ തന്നെ പലരും മറ്റു ജില്ലകളിലും സംസ്ഥാനങ്ങളിലും സ്ഥാപനങ്ങൾ ആരംഭിച്ചപ്പോൾ ഉപഭോക്താക്കളുടെ തൃശ്ശൂരിലേക്കുള്ള ഒഴുക്ക് നിലച്ചു. എങ്കിലും സ്വർണ്ണാഭരണ നിർമ്മാണ മേഖല തൃശ്ശൂരിലും പരിസര പ്രദേശങ്ങളിലും തഴച്ചു വളർന്നു കൊണ്ടിരിക്കുകയാണ്. പല സ്ഥലത്തേക്കും സ്വർണ്ണാഭരണങ്ങൾ

വിതരണം ചെയ്യുന്നത് തൃശ്ശൂർ ജില്ലയിൽ നിന്നാണ്.

കേരളത്തിൽ മറ്റൊരിടത്തും ഇല്ലാത്ത വിധം പച്ചക്കറി ഉലപ്പന്ന വിതരണത്തിന്, ശക്തൻ തമ്പുരാന്റെ കാലം മുതലേ റെഗുലേറ്റഡ് മാർക്കറ്റ് എന്ന നിലയിലുള്ള തരക് ലേല സമ്പ്രദായം ഇന്നും പ്രവർത്തിച്ചു കൊണ്ടിരിക്കുന്നു.കൃഷികാർക്ക് അവരുടെ ഉലപ്പന്നങ്ങൾ മാർക്കറ്റിൽ കൊണ്ടു വന്ന് വിൽക്കുവാൻ സഹായകരമായ രീതിയിലുള്ള പച്ചക്കറി തരക് തൃശ്ശൂരിന്റെ മാത്രം പ്രത്യേകതയാണ്.

വ്യാപാര വ്യവസായ മേഖലയിൽ തൃശ്ശൂർ നഗരത്തിന്റെ ചുറ്റുമുള്ള പ്രദേശങ്ങളും പല മേഖലയിലും ആധിപത്യം സ്ഥാപിച്ചിട്ടുണ്ടായിരുന്നു. ഒല്ലൂരിൽ നിന്നുള്ളള പാക്കിംങ് കേയ്സ് വ്യവസായം ചെവ്വൂരിലെ ഫർണ്ണിച്ചർ വ്യവസായം ആമ്പല്ലൂർ മേഖലയിലെ ഓട് വ്യവസായം മുണ്ടൂർ കൈപറമ്പ് മേഖലയിൽ ഉയർന്നു വന്ന വൈരക്കൽ വ്യവസായം എന്നിവയുടെ വിജയം തൃശ്ശൂർ നഗരത്തിനു ഗുണം ലഭിക്കുന്ന വിധത്തിലായിരുന്നു.

തൃശ്ശൂർ നഗരത്തിലെ അരിയങ്ങാടി, നായരങ്ങാടി, ചന്തയങ്ങാടി മാർക്കറ്റുകളിലെ മൊത്ത വ്യാപാരം പഴയ രൂപത്തിലല്ല ഇപ്പോൾ നടക്കുന്നത്.കാരണം ജില്ലയുടെ പല ഭാഗങ്ങളിലും പുതിയ മാർക്കറ്റുകൾ ഉയർന്നു വന്നുവെന്നതാണ് സത്യം. സ്വകാര്യ മേഖലയിൽ വിപണന രംഗത്ത് ധാരാളം വ്യാപാരികൾ കടന്നുവരുന്നുണ്ടെങ്കിലും ഉല്പാദന നിർമ്മാണ മേഖലയിൽ കടന്നു വരുന്നവരുടെ എണ്ണം തുലോം തുച്ഛമാണ്.

ഐക്യ കേരളം രൂപീകൃതമായതിനു ശേഷം, കേരള സർക്കാരോ, കേന്ദ്രസർക്കാരോ കാര്യമായ വ്യാവസായിക നിക്ഷേപം തൃശ്ശൂരിൽ നടത്തിയിട്ടില്ല.പ്രഗൽഭരായ അനേകം മുഖ്യമന്ത്രിമാരേയും തൃശ്ശൂർ കേരളത്തിന് സംഭാവന ചെയ്തിട്ടുണ്ടെങ്കിലും അവരിൽ നിന്ന് തൃശ്ശൂരിലെ വ്യാവസായിക വ്യാപാര വികസനത്തിന് എടുത്തു പറയാവുന്ന സംഭാവനകൾ ഒന്നും ലഭിച്ചിട്ടില്ല.

ധനവ്യവസായത്തിൽ പാരമ്പര്യം അവകാശപ്പെടുന്ന തൃശ്ശൂരിന് ആ വ്യവസായത്തിന്റെ തന്നെ മറ്റൊരു പതിപ്പായ ലീസിംങ്ങ് കമ്പനികൾ പരീക്ഷിക്കാവുന്നതാണ്.ലീസിംങ്ങ്

കമ്പനികൾക്ക് ആസ്തികളുടെ ഉറപ്പും ഉടമസ്ഥാവകാശവും ഉള്ളതിനാൽ അവ നശിച്ചു പോകുമെന്ന് ഭയപ്പെടേണ്ടതില്ല. വൻ തോതിലുള്ള വ്യവസായ ഉന്നമനത്തിന് ധനസഹായം നൽകുവാൻ ഇത്തരം ലീസിംങ്ങ് കമ്പനികൾക്ക് സാധിക്കും. ലീസിംങ്ങ് കമ്പനികളുടെ വളർച്ച വ്യാവസായിക വളർച്ചയേയും ത്വരിതപ്പെടുത്തും. ഉല്പന്ന അവധി വ്യാപാര രംഗത്തും ഷെയർ മാർക്കറ്റിലും ധാരാളം തൃശ്ശൂർക്കാർ ഏർപ്പെട്ടിരിക്കുന്നത് മറച്ചു വയ്ക്കാവുന്ന വസ്തുതയല്ല.

മേന്മയേറിയ സാങ്കേതിക വിദ്യാഭ്യാസ സ്ഥാപനങ്ങൾ ആധുനിക മാനേജ്മെന്റ് പരിശീലന കേന്ദ്രങ്ങൾ എന്നിവ തൃശ്ശൂരിൽ ഉടനടി ഉണ്ടാകേണ്ടതുണ്ട്. അതോടൊപ്പ് തന്നെ കൃഷിക്കും വ്യാവസായിക വികസനത്തിനും അനുകൂലമായ മൈന്റ് സെറ്റ് ഉണ്ടാക്കിയെടുക്കുവാൻ തൃശ്ശൂർ ജനത സന്നദ്ധ മാകേണ്ടതുണ്ട്.കൃഷിയും വ്യവസായവും പുരോഗമിക്കുന്നതിനോ ടൊപ്പം വ്യാപാര മേഖലയും ഉയർന്ന മാനങ്ങശ കൈവരിക്കും. തകർന്നു കഴിഞ്ഞ പലതിനും പുരോഗമനാത്മകമായ നടപടിക ളിലൂടെ പുതിയ മേച്ചിൽ സ്ഥലങ്ങൾ കണ്ടെത്തി പുത്തനുണർവ് കൈവരിക്കുവാൻ സാധിക്കും.

പോയ്പോയ നമ്മുടെ പഴയ പ്രതാപം വീണ്ടെടുക്കുവാൻ തൃശ്ശൂർ വാണിജ്യ മേഖലക്ക് സാധിക്കണമെങ്കിൽ പഴയ പൊങ്ങച്ച മാതൃക അവസാനിപ്പിച്ച് പുതിയ മാനങ്ങൾ കണ്ടെ ത്തുവാനുള്ള അശ്രാന്ത പരിശ്രമം ആരംഭിക്കേണ്ടതാണ്. ഒത്തൊരുമിച്ച് നിങ്ങിയാൽ പലതും നേടിയെടുക്കാനാകും എന്നതാണല്ലോ ചരിത്രം പഠിപ്പിക്കുന്നത്.

തൃശ്ശൂരിന്റെ വികസന സാധ്യതകൾ

പഴയ കൊച്ചി രാജ്യത്തിലെ വ്യാപാര വ്യവസായ മേഖലയിൽ പ്രാമുഖ്യം കൊണ്ട് മുൻപന്തിയിൽ നിന്നിരുന്ന പട്ടണങ്ങളായിരുന്നു തൃശ്ശൂർ, എറണാകുളം, കൊച്ചി എന്നിവ. ഈ പട്ടണങ്ങളിലെ വ്യാപാര വ്യവസായ വികസനത്തിന്റെ അലയടികൾ തൊട്ടടുത്ത ഗ്രാമപ്രദേശങ്ങളേയും തൊട്ട് തഴുകിയിരുന്നു. അക്കാലത്ത് എറണാകുളവും തൃശ്ശൂരും ഒരേ നിലവാരത്തിൽ നിന്നിരുന്ന നഗരങ്ങളായിരുന്നു. ഐക്യ കേരളത്തിന്റെ രൂപീകരണത്തിനു ശേഷം സ്ഥിതിഗതികൾ മറ്റൊരു രീതിയിലായി. എറണാകുളം നഗരത്തെ ചുറ്റിപ്പറ്റി എറണാകുളം ജില്ലയുടെ വികസനം തൃശ്ശൂർ ജില്ലയെ അപേക്ഷിച്ച് എത്രയോ കാതങ്ങൾ മുന്നോട്ട് പോയിരിക്കുന്നു.സ്മാർട്ട് സിറ്റിയുടേയും വല്ലാർപാടം കണ്ടെയ്നർ ടെർമലിന്റേയും പണി പൂർത്തിയാകുമ്പോൾ എറണാകുളം ജില്ല വ്യാവസായിക വികസനത്തിന്റെ സാച്ചുറേഷൻ പോയിന്റിലെത്തും. തുടർന്നുള്ള വികസനം തൊട്ടടുത്ത ജില്ലകളിലേക്ക് നീങ്ങേണ്ടി വരും. അതിൽ വികസന ലക്ഷ്യം നേടുവാൻ ഏറ്റവും കൂടുതൽ സാധ്യതകളുള്ള ജില്ലയാണ് തൃശ്ശൂർ. അന്താരാഷ്ട്ര നിലവാരമുള്ള നെടുമ്പാശ്ശേരി വിമാനത്താവളം തൃശ്ശൂരിന്റെ തൊട്ടടുത്ത് തന്നെയാണെന്നതാണ് അതിനുള്ള ഏറ്റവും വലിയ പ്ലസ് പോയിന്റ്.

ദേശീയ തലത്തിലും അന്താരാഷ്ട്ര തലത്തിലും വിവിധ വ്യവസായ മേഖലകളിൽ ആധിപത്യം സൃഷ്ടിച്ചിരുന്ന പാരമ്പര്യം തൃശ്ശൂർ ജില്ലയ്ക്കുണ്ട്. കുത്തരി വ്യവസായം, കല്ലോരാ വ്യവസായം, എഞ്ചിനിയറിംഗ് വ്യവസായ്, സ്വർണ്ണാഭരണ നിർമ്മാണം, ഫർണ്ണിച്ചർ നിർമ്മാണം, ടയർ മോൾഡ് നിർമമാണം, ടെക്സ്റ്റൈയിൽ മില്ലുകൾ, പരമ്പരാഗത വ്യവസായങ്ങൾ, ബാങ്കിംഗ് വ്യവസായം എന്നീ മേഖലകളിലെല്ലാം തൃശ്ശൂർ തലയുയർത്തി കൊണ്ട് തന്നെയായിരുന്നു നിന്നിരുന്നത്. എന്നാൽ മറ്റു പല പട്ടണങ്ങളും വളരെ വേഗത്തിൽ വികസന സാധ്യതകൾ മുതലാക്കിയപ്പോൾ തൃശ്ശൂർ വളരെ പിന്തള്ളപ്പെട്ടു പോയി. നഷ്ട പ്രതാപത്തിന്റെ സ്മരണകൾ അയവിറക്കികൊണ്ടങ്കിലും ഒരു കുതിച്ചു ചാട്ടത്തിന് തൃശ്ശൂർ തയ്യാറെടുത്തേ മതിയാകൂ. അതിനുള്ള ലക്ഷണങ്ങൾ കണ്ട് തുടങ്ങിയിരിക്കുന്നു. 6 വരി പാതയുടെ ആഗമനത്തോടു കൂടി തൃശ്ശൂരും എറണാകുളവും ട്വിൻസിറ്റി എന്ന നിലയ്ക്ക് വികസനം സാധ്യമാക്കാൻ അധികൃതർ തയ്യാറാകണം.

വല്ലാർപാടം കണ്ടെയ്നർ ടെർമലിന്റെ ആവിർഭാവത്തോടു കൂടി എറണാകുളം ജില്ലയിലെ നോർത്ത് പറൂരിലും തൃശ്ശൂർ ജില്ലയിലെ കൊടുങ്ങല്ലൂരും കണ്ടെയ്നർ ടെർമലിനോടനുബന്ധിച്ചുള്ള ഉപവ്യവസായങ്ങൾക്ക് സാധ്യതകളേറെയാണ്. ഇപ്പോൾ ഷിപ്പ് ബിൽഡിംഗ് രംഗത്ത് ഇന്ത്യയുടെ 50% ആവശ്യങ്ങളും നിറവേറ്റുന്നത് ഗുജറാത്താണ്. ആ സ്ഥിതി മാറ്റിയെടുക്കുവാൻ തൃശ്ശൂരിലെ തീരപ്രദേശങ്ങൾക്ക് സാധിക്കും. കൊടുങ്ങല്ലൂർ അഴിക്കോട് മേഖലകളിൽ ബോട്ട് റിപ്പയറിംഗ് സ്ഥാപനങ്ങൾ ഉടലെടുക്കുകയാണെങ്കിൽ സ്ഥിതി ഗതികൾ മാറ്റിമറിക്കുവാൻ സാധിക്കും. അത്താണിയിലെ സ്റ്റീൽ ഇൻഡസ്ട്രീസ് കേരള ലിമിറ്റഡിന്റെ ഷിപ്പ് ബ്രേക്കിംങ്ങ് യൂണിറ്റിന് ഉചിതമായ സ്ഥലം കണ്ടെത്തിയത് ചേറ്റുവായിലുയിരുന്നു.എന്നാൽ സമ്മർദ്ദങ്ങൾ മൂലം അത് ബേപ്പൂരിലേക്ക് കൊണ്ടു പോവുകയാണ് ഉണ്ടായത്. കപ്പലുകൾ കൊണ്ടു വരുവാൻ ആഴമുള്ള അഴിമുഖം തന്നെയാണ് ചേറ്റുവ. അതു കൊണ്ട് ചേറ്റുവയിൽ ബ്രേക്കിംങ്ങ് യൂണിറ്റ് ഉണ്ടാക്കുവാൻ അധികൃതർ തയ്യാറാണെങ്കിൽ അത് ആ സ്ഥാപനത്തിന് കൂടുതൽ ലാഭകരമായിരിക്കും. തീരപ്രദേശമായ മതിലകം ആസ്ഥാനമായി ഒരു ലൈറ്റ് എഞ്ചിനിയറിംങ്ങ് ഫർണ്ണിച്ചർ

ക്ളസ്റ്റർ രൂപാന്തരപ്പെട്ടു കഴിഞ്ഞു.അതിന്റെ പ്രാരംഭ പ്രവർത്തനങ്ങൾ തുടങ്ങിക്കഴിഞ്ഞു.

കേരളത്തിലെ നോട്ട്ബുക്ക് ആവശ്യങ്ങളുടെ 40% വും കുന്നംകുളത്തെ നോട്ട്ബുക്ക് നിർമ്മാണ യൂണിറ്റുകളാണ് ആധുനിക രീതിയിൽ നോട്ട്ബുക്ക് നിർമ്മാണം ഒരു ക്ളസ്റ്റർ രൂപീകരിച്ച് വിപുലപ്പെടുത്തുന്നതിനാവശ്യമായ ഡയഗനോസ്റ്റിക് സ്റ്റഡി ജില്ലാ വ്യവസായ കേന്ദ്രവും സ്മോൾ ഇൻഡസ്ട്രീസ് ഇൻസ്റ്റിറ്റ്യൂട്ടും നടത്തിക്കഴിഞ്ഞു.കേന്ദ്ര ഗവൺമെന്റിന്റെ കീഴിലുള്ള സ്മോൾ ഇൻഡസ്ട്രിസ് ഇൻസ്റ്റിറ്റ്യൂട്ടിന്റെ ആസ്ഥാനം തൃശ്ശൂർ ജില്ലയിലെ അയ്യന്തോൾ മേഖലയിലാണ്. ഈ ഇൻസ്റ്റിറ്റ്യൂട്ടിന്റെ സേവനം പൂർണ്ണമായും ഉപയോഗപ്പെടുത്തുവാൻ തൃശ്ശൂർ ജില്ലക്ക് സാധിക്കുന്നില്ലെന്നത്ച ഒരു ദുഖസത്യമായി അവശേഷിക്കുന്നു.

അന്താരാഷ്ട്ര നിലവാരമുള്ള ഒരു ഡയമണ്ട് ക്ളസ്റ്റർ രൂപീകരത്തിന് വിദേശകമ്പനികളും യൂറോപ്യൻ യൂണിയനും 1000 കോടി രൂപ മുതൽ മുടക്കുവാൻ സന്നദ്ധരായിട്ടുണ്ട്.തൃശ്ശൂർ ജില്ലയിലെ കൈപ്പറമ്പ് മുണ്ടൂർ മേഖലകളിലെ ഡയമണ്ട് മാനുഫാക്ച്ചറിംങ് യൂണിറ്റുകളുടെ നവീകരണവും ക്ളസ്റ്റർ അടിസ്ഥാനത്തിലുള്ള അവയുടെ പ്രവർത്തനവും അന്താരാഷ്ട്ര പണി കീഴടക്കുവാൻ സഹായിക്കുമെന്നുള്ളതിന് യാതൊരു സംശയവുമില്ല.1 ലക്ഷം പേർക്ക് തൊഴിലവസരങ്ങൾ സൃഷ്ടിക്കുവാൻ സഹായകമായ വിധത്തിൽ കേന്ദ്രസർക്കാരിന്റെയും സ്വകാര്യ കമ്പനികളുടേയും സംയുക്ത സംരംഭമായി 3 കോടി മുതൽ മുടക്കി 4 ഏക്കർ സ്ഥലത്ത് മൂണ്ടൂർ കൈപ്പറമ്പ് മേഖലകളിൽ സ്ഥാപിക്കുന്ന ടൈൽ ക്ളസ്റ്റർ അന്താരാഷ്ട്ര നിലവാരത്തിലുള്ളതാണ്. കിട്ടാവുന്ന ഏത് മണ്ണ് ഉപയോഗിച്ചും ടൈൽസ് ഉണ്ടാക്കാവുന്ന സാങ്കേതിക വിദ്യ ഇറ്റലിയിൽ നിന്ന് പ്രസ്തുത ക്ളസ്റ്റർ സ്വായത്തമാക്കിയിട്ടുണ്ട്.

ഇരിഞ്ഞാലക്കട ഓട്ട്പാത്ര വ്യവസായം നവീകരണത്തിനുള്ള ആവശ്യവും സർക്കാരിന്റെ ശ്രദ്ധയിൽപ്പെടുത്തിയിട്ടുണ്ട്.

പുത്തൂരിലുള്ള കൈനൂർ പന്നി വളർത്തൽ കേന്ദ്രം അവിടെ നിന്ന് മാറ്റി സ്ഥാപിക്കുമ്പോൾ കരഗതമാകുന്ന സ്ഥലം ഉപയോഗിച്ച് ഒരു ഫുഡ് പ്രോസസിംഗ് സെന്ററിന് തുടക്കം കുറിക്കുകയാണെങ്കിൽ കേരളത്തിലെ കാർഷിക മേഖലയിലെ ഉല്പന്നങ്ങൾ

ഉപയുക്തമാക്കി അന്താരാഷ്ട്ര നിലവാരത്തിൽ സംസ്കരിച്ച് ലോക ഭക്ഷ്യ വിപണനയിൽ തങ്ങളുടെ സാന്നിധ്യം ഉറപ്പ് വരുത്തുവാൻ തൃശ്ശൂർ ജില്ലയ്ക്ക് സാധിക്കും.

കേന്ദ്ര നാളികേര വികസന ബോർഡിന്റെ സഹായത്തൊട് കൂടി വരന്തരപ്പിള്ളി മണ്ണംപേട്ട മേഖലകളിൽ അത്യൽപ്പാദന ശേഷിയുള്ള കേരവൃക്ഷങ്ങൾ വളർത്തിയെടുത്തു കഴിഞ്ഞു. തൊട്ടടുത്ത മേഖലകളിലേക്കും ഈ പദ്ധതി വ്യാപിപ്പിക്കുവാൻ ബോർഡിന് സാധിക്കും. പദ്ധതികൾ ലക്ഷ്യ പ്രാപ്തി കൈവരിക്കുന്നതിനോട് കൂടി കൊടകരയിൽ ഒരു കേരപാക്ക് സംവിധാനം ഏർപ്പെടുത്തുകയുണ്ടായി. നാളികേരത്തിന്റെ മൂല വർധിത വ്യവസായങ്ങൾ ഒരു മേഖലയിൽ തന്നെ ഒത്തു കദടി നടത്തുന്ന സാഹചര്യങ്ങൾ വരുമ്പോൾ അവ ലാഭകരമാകുന്നതിന് സഹായകരമാകും. പ്രസ്തുത മേഖലയിൽ 200 ഹെക്ടർ സ്ഥലത്ത് ഫിലിപ്പൈൻസ് മാതൃകയിൽ ഓർഗാനിക്ക് ഫാംമിങ്ങിലൂടെ ഗുണനിരവാരമുള്ള ഈ പദ്ധതികൾ വിജയകരമാവുക തന്നെ ചെയ്യും.

തൃശ്ശൂർ ഗുരുവായൂർ റെയിൽ പാതക്ക് ഒരു റെയിൽവെ സൈഡിംങ്ങ് ലൈൻ കൂടി വരികയാണെങ്കിൽ അതിനോടനുബന്ധിച്ച് ആ മേഖലയെ ഒരു കണ്ടെയ്നർ ലോഡിങ്ങ് സ്റ്റോക്ക്യാർഡാക്കി മാറ്റുവാൻ സാധിക്കും.തൃശ്ശൂർ ജില്ലയുടെ വ്യവസായികാവശ്യങ്ങൾക്കുള്ള ഇരുമ്പ് ഉരുക്ക് സാധനങ്ങൾ സ്റ്റോക്ക് ചെയ്യുന്നതിന് അത് സഹായകരമാവും.

125 ചതുരശ്ര മീറ്റർ വിസ്തീർണ്ണമുള്ള തൃശ്ശൂർ കോർപ്പറേഷന് 110 കെവി സബ് സ്റ്റേഷന്റെ ആവിർഭാവത്തോട് കൂടി ഒരു പുതിയ മുഖം തന്നെ കൈവരുത്തുവാൻ സാധിക്കും. വൈദ്യുതി പ്രശ്നം പരിഹൃതമാവുകയാണെങ്കിൽ തൃശ്ശൂർ കോർപ്പറേഷൻ പരിധികള്ളിൽ തന്നെ എഞ്ചിനിയറിംങ്ങ് മേഖലയിൽ ആയുർവ്വേദ മരുന്ന് നിർമ്മാനത്തിനുള്ള മെഷിനറികൾ ഫുഡ് പ്രോസസിങ്ങ് മെഷിനറികൾ റബ്ബറധിഷ്ഠിത വ്യവസായങ്ങൾക്കുള്ള മെഷിനറികൾ എന്നിവയുടെ ഒരു എഞ്ചിനിയറിംങ്ങ് വ്യവസായ ക്ലസ്റ്റർ രൂപീകരിച്ച് അന്താരാഷ്ട്ര തലത്തിൽ വിപണി കണ്ടെത്തുവാൻ ശ്രമിക്കേണ്ടതുണ്ട്.

തേക്ക് വീട്ടി എന്നി മരങ്ങൾ സുലഭമായി ലഭിക്കുന്ന കേരളത്തിലെ സാഹചര്യം ഉപയോഗിച്ച് ചെവ്വൂരിൽ 25000 പേർ തൊഴിലെടുക്കുന്ന ഫർണ്ണിച്ചർ മേഖലയുടെ വികസനവും ക്ളസ്റ്റർ രൂപീകരണത്തിലൂടെ സാദ്ധ്യമാകേണ്ടതുണ്ട്.

തിരുവില്ലാമല കുത്താമ്പുള്ളി മേഖലയിലെ ഹാന്റ്ലൂം വ്യവസായത്തിന് പഴയന്നൂരിൽ സ്ഥാപിക്കുവാൻ ഉദ്ദേശിക്കുന്ന ഡിസൈനിംഗ് സെന്റർ വരുന്നതോട് കൂടി അന്താരാഷ്ട്ര നിലവാരം കൈവരും.

ചേർപ്പ് അവിണിശ്ശേരി മേഖലകളിൽ തൊഴിലവസരങ്ങൾ ധാരാളം സൃഷ്ടിക്കുന്നതിനുതകിയ സ്വർണ്ണാഭരണ നിർമ്മാണ രംഗത്തെ വൈദഗ്ദ്യവും തൃശ്ശൂർ ജില്ലക്ക് മുതൽ കൂട്ടായുണ്ട്. അവയെ വികസിപ്പിച്ചെടുക്കുന്നതിനാവശ്യമായ നടപടികൾ മുണ്ടൂരിലെ ഡയമന്റ് ക്ളസ്റ്ററുമായി യോജിച്ച് കൈ കൊള്ളേണ്ടതാണ്. കേന്ദ്ര ഗവർണമെന്റ് നൽകുവാൻ തയ്യാറെടുത്ത് നിൽക്കുന്ന ഡയമന്റ് ഏന്റ് ജ്വല്ലറി ഇൻസ്റ്റിറ്റ്യൂട്ടും ഈ മേഖലയുടെ വളർച്ചക്ക് സഹായകരമാകും.

പുഴക്കൽ പാടത്ത് വ്യവസായ വകുപ്പിന്റെ കീഴിലുള്ള 52 ഏക്കർ സ്ഥലത്ത് സർക്കാർ സ്വകാര്യ സംയുക്ത സംരംഭമെന്ന നിലയിൽ ഗോൾഡ് സൂക്കും ട്രെഡ്സെന്ററും സ്ഥാപിക്കേണ്ടതുണ്ട്.അത് സ്വരണ്ണാഭരണ രംഗത്തെ തൃശ്ശൂരിന്റെ വൈദദ്ധ്യവും വ്യാപാര രംഗത്തെ അനുഭവ സമ്പത്തും സംയോജിപ്പിച്ച് കൊണ്ടുള്ള പ്രസ്തുത പദ്ധതി തൃശ്ശൂർ നഗരത്തിന് വൻമുതൽ കൂട്ടായി മാറും. കാരണം അന്താരാഷ്ട്ര നിലവാരമുള്ള ശോഭസിറ്റി, ലുലു ഇന്റർനാഷണൽ കൺവെൻഷൻ സെന്റർ വരാൻ പോകുന്ന ലുലുവിന്റെ പഞ്ചനക്ഷത്ര ഹോട്ടൽ എന്നിവയ്ക്ക് സമീപമാണ് പ്രസ്തുത സ്ഥലമെന്നത് തന്നെയാണ് അതിന്റെ പ്രത്യേകത.

ഐടി മേഖലയിലും തൃശ്ശൂരിന്റെ സാന്നിധ്യം വിളിച്ചോതുന്നതിനുള്ള നടപടികളും ആരംഭിച്ചു കഴിഞ്ഞിട്ടുണ്ട്.സർക്കാർ തലത്തിലുള്ള സംരംഭങ്ങൾക്ക് പുറമേ, സ്വകാര്യ മേഖലയിൽ 100 കോടി രൂപയുടെ നിക്ഷേപവുമായി ഒരു ഐടി പാർക്കിന് സർക്കാരുമായി എം ഒ യു ഒപ്പു വെച്ചു കഴിഞ്ഞു. പുതുക്കാടിനടുത്ത് മറ്റൊരു സ്വകാര്യ ഐ ടി പാർക്കിനും ശ്രമങ്ങൾ ആരംഭിച്ചു

കഴിഞ്ഞിട്ടുണ്ട്.അതോട് കൂടി തൃശ്ശൂരിലെ ഐ ടി മേഖലക്ക് ഒരു പുത്തൻ ഉണർവ് കൈവരും.തൃശ്ശൂർ ജില്ലയിലെ എഞ്ചിനിയറിംങ് കോളേജുകൾ ആ മേഖലയുടെ വളർച്ചയ്ക്ക് സഹായകരമായി മാറും. എറണാംകുളത്തുള്ള ഐ ടി മേഖലയുടെ സാറ്റലൈറ്റ് ടവറിന്റെ ഇന്റർനാഷണൽ കേബിൾ കണക്ഷന്റെ വ്യാപ്തി തൃശ#ൂരിലേക്ക് കൂടി വ്യാപിപ്പിച്ചെങ്കിൽ മാത്രമേ തൃശ്ശൂരിന് ഐ ടി രംഗത്തെ വികസനം ത്വരിതപ്പെടുത്തുവാൻ സാധിക്കു കയുള്ളൂവെന്ന സത്യം നാം മറക്കരുത്.

കേരളത്തിൽ ഏറ്റവും വിസ്തീരണ്ണമുള്ള ഇൻഡസ്ട്രിയൽ എസ്റ്റേറ്റ് അത്താണിയിലുള്ളതാണ്.അതിന്റെ കപ്പാസിറ്റി മുഴുവൻ ഉപയോഗിക്കുവാൻ തൃശ്ശൂർ ജില്ലക്കാർക്ക് സാധിച്ചിട്ടില്ല. അതിനായി സംരംഭകർ മുന്നോട്ട് വരിക തന്നെ വേണം.

കേരളത്തിൽ ആദ്യമായി സ്ഥാപിച്ച ഇൻഡസ്ഫ്രിയൽ എസ്റ്റേറ്റ് ഒല്ലൂരിലുണ്ട്. പല നല്ല വ്യവസായങ്ങളും അവിടെ പുഷ്ടി പ്പെട്ടിട്ടുണ്ട്. പാക്കിംങ് കോഴ്സ് വ്യവസായത്തിന് പുകൾപ്പെറ്റ ഒല്ലൂർ ഇപ്പോൾ റബ്ബർ തടികൾ കൊണ്ടുള്ള പായ്ക്കിംഗ് കേയ്സുകൾ അഖിലേന്ത്യാ തലത്തിൽ വിപണനം ചെയ്തു കൊണ്ടിരിക്കുന്നു. ഈ മേഖലയിലെ 500 സ്ഥാപനങ്ങളും ഇപ്പോൾ ഒറ്റക്കെട്ടായി കൈകോർത്ത് പിടിച്ചാണ് മുന്നോട്ട് നീങ്ങുന്നത്. അവരുടെ സഹകരണത്തിന്റെ പ്രതീകമായി സ്വന്തമായി ഒരു വേബ്രിഡ്ജ് സ്ഥാപിച്ച് അവരുടെ സ്ഥാപനങ്ങളുടെ ആവശ്യങ്ങൾ നിറവേറ്റി കൊണ്ടിരിക്കുന്നു.

കുട നിർമ്മാണ രംഗത്തും അഖിലേന്ത്യാ തലത്തിൽ ഖ്യാതി നേടിയ തൃശ്ശൂർ അന്താരാഷ്ട്ര തലത്തിലുള്ള വിപണനത്തിന് തയ്യാറെടുത്തു കൊണ്ടിരിക്കുന്നു.

ഏകദേശം 800 യൂണിറ്റുകളിലായുള്ള പ്ളാസ്റ്റിക് ഗൃഹോപ കരണ നിർമ്മാണ മേഖല ഈ മേഖലയിൽ അതിന്റെ നേതൃത്വം തൃശ്ശൂരിലേയ്ക്ക് കൊണ്ടു വരണമെന്ന തത്രപ്പാടിലാണ്.

തൃശ്ശൂർ വ്യവസായ വികസനത്തിന് തടസ്സമായി വരുന്നത് പലപ്പോഴും സ്ഥലങ്ങളുടെ ദൗർലഭ്യമാണ്. അത് പരിഹരിക്കു ന്നതിന് ജില്ലാ കളക്ടർ രൂപപ്പെടുത്തികയടുത്ത ലാന്റ് ബാങ്കിന് സാധിക്കും. ജില്ലാ വ്യവസായ കേന്ദ്രം 5 വർഷത്തേക്കുള്ള

വികസന പദ്ധതികൾക്ക് രൂപം കൊടുത്തിട്ടുണ്ട്. വികസനത്തിനോടനുബന്ധിച്ച് പ്രവർത്തിക്കേണ്ട വകുപ്പുകളുടെ ഏകോപനമില്ലായ്മ വികസനത്തെ പലപ്പോഴും കടിഞ്ഞാണിടാറുണ്ട്. അത് പരിഹരിക്കുന്നതിനു വേണ്ടി സാമൂഹ്യ സംഘടനകളായ കേരള വ്യാപാരി വ്യവസായി ഏകോപന സമിതിയും കേരള സ്മോൾ സ്കെയിൽ ഇൻഡസ്ട്രീസ് അസോസിയേഷനും തൃശ്ശൂർ ചേമ്പർ ഓഫ് കൊമേഴ്സും സംയുക്തമായി രൂപപ്പെടുത്തിയെടുത്ത തൃശ്ശൂർ ഇൻഫ്രാസ്ട്രക്ച്ചർ ഡെവലപ്മെന്റ് സൊസൈറ്റിയും രംഗത്തെത്തിയിട്ടുണ്ട്. ജന പ്രതിനിധികളുടേയും ജില്ലാതല ഉദ്യോഗസ്ഥ മേധാവികളുടേയും ഉപദേശ നിർദ്ദേശങ്ങൾ കേന്ദ്രീകരിച്ചു കൊണ്ടാണ് പ്രസ്തുത സൊസൈറ്റി പ്രവർത്തിക്കുന്നത്. സർക്കാർ സ്വകാര്യ പങ്കാളിത്തത്തോട് കൂടിയുള്ള വ്യവസായ വികസമാണ് പ്രസ്തുത സൊസൈറ്റി ലക്ഷ്യമിടുന്നത്.

വ്യവസായ വികസനത്തിനോടൊപ്പം തന്നെ കാർഷിക മേഖലയിലെ വികസനവും അത്യന്താപേക്ഷിതമാണ്. ഭക്ഷ്യ സംസ്ക്കരണ യൂണിറ്റുകളുടെ ആഗമനം കാർഷിക മേഖലക്ക് ഒരു നവ ശക്തി പ്രധാനം ചെയ്യും. ഒപ്പം തന്നെ അന്തിക്കാട് ചേർപ്പ് മേഖലകളിലുള്ള കോൾ പാടങ്ങളിലെ നെൽ കൃഷി സജീവമായി നിലനിർത്തുന്നതിനും കൂടുതൽ ഉല്പാദന ശേഷി കൈവരുത്തുന്നതിനാവശ്യമായ നടപടികൾക്ക് കർഷകരെ സഹായിക്കുവാൻ സർക്കാരും ബാങ്കിങ് സ്ഥാപനങ്ങളും മണ്ണുത്തിയിലുള്ള കാർഷിക സർവ്വകലാശാലയും സന്നദ്ധരാകേണ്ടതുണ്ട്.

കടലോരങ്ങളും, കായലുകളും, ജലസ്രോതസ്സുകളും, ഡാമുകളും, മലനിരകളും, പൗരാണിക സ്മരണകളുയർത്തുന്ന വിഖ്യാതമായ ക്ഷേത്രങ്ങളും, പള്ളികളും, മസ്ജിദുകളും നിറഞ്ഞ തൃശ്ശൂർ ജില്ലയിൽ ടൂറിസം വികസനത്തിന് സാദ്ധ്യതകൾ ഏറെയാണ്.

വ്യവസായിക- കാർഷിക- ടൂറിസ്റ്റ് മേഖലകളുടെ വളർച്ച വൻ വ്യാപാര സാധ്യതകൾക്കാണ് തൃശ്ശൂരിൽ കളമൊരുക്കുക.

അന്താരാഷ്ട്ര വ്യാപാര രംഗത്ത് ഖ്യാതി നേടിയ ധാരാളം തൃശ്ശൂർ ജില്ലക്കാരുണ്ട്. അവരുടെ പ്രവർത്തന മേഖലകൾ അന്താരാഷ്ട്ര തലത്തിലാണെങ്കിലും ഗൃഹാതരത്വത്തിന്റെ

സ്മരണകൾ ഉയർത്തുന്ന അവർക്ക് അവസരങ്ങൾ ലഭിക്കുകയാണെങ്കിൽ അവർ തൃശ്ശൂരിനെ അന്താരാഷ്ട്ര നിലവാരമുള്ള ഒരു വൻ പട്ടണമാക്കി മാറ്റുമെന്നുള്ളതിന് യാതൊരു സംശയവുമില്ല. അത്തരക്കാരേയും സാമ്പത്തിക- മാനേജ്മെന്റ് വിദഗ്ദരേയും ചുവപ്പ് പരവതാനി വിരിച്ച് സ്വീകരിച്ച് സൗകര്യങ്ങൾ ഒരുക്കി കൊടുക്കുവാൻ സർക്കാരും ജനപ്രതിനിധികളും എന്തിനേറെ ജന സമൂഹവും തയ്യാറെടുപ്പുകൾ നടത്തേണ്ട കാലം അതിക്രമിച്ചിരിക്കുന്നു.അത്തരമൊരു നല്ല നാളേയ്ക്കായി തൃശ്ശൂർ ജില്ലാനിവാസികൾക്ക് കാത്തിരിക്കാം. 'ഒന്നിച്ച വളരാം... നാടിന്റെ നന്മയ്ക്ക്.' അതായിരിക്കട്ടെ നമ്മുടെ മുദ്രാവാക്യം.

തൃശ്ശൂരിലെ ചിട്ടി കമ്പിനികളുടെ സാമൂഹിക പ്രതിബദ്ധത

തൃശ്ശൂരിൽ നടന്നുവരുന്ന ചിട്ടി പ്രസ്ഥാനം ഒരു ജനകീയ പ്രസ്ഥാനമാണ്. ജനങ്ങളുടെ കൂട്ടായ്മകളാണ് അതിനെ നിയന്ത്രിക്കുന്നത്. അതിന് സാമൂഹ്യ- സംരക്ഷണ പദ്ധതികളുമായി അഭേദ്യമായ ബന്ധമുണ്ട്. ചിട്ടികമ്പനികളെ ചിറ്റ് കമ്പനികൾ എന്ന് വിശേഷിപ്പിച്ചവർക്കുള്ള തിരിച്ചടി നൽകിയവരാണ് തൃശ്ശൂരിലെ ചിട്ടികമ്പനികൾ. ജനങ്ങൾ ചിട്ടികമ്പനികളുടെ പ്രവർത്തന ശൈലിയെ ഇഷ്ടപ്പെടുന്നു. അവരുടെ അടിയന്തിര സാമ്പത്തിക ആവശ്യങ്ങശ എളുപ്പത്തിൽ നിവവേറ്റവാൻ ചിട്ടി കമ്പനികളെയല്ലാതെ മറ്റൊരു ധനകാര്യസ്ഥാപനങ്ങളേയും ആശ്രയിച്ചിട്ട് ഫലമില്ലെന്ന് അവർക്കറിയാം. അതു കൊണ്ട് തന്നെയാണ് കേന്ദ്ര- സംസ്ഥാന സർക്കാരുകൾ വിവിധ നിയന്ത്രണങ്ങൾ കൊണ്ടു വന്ന് പ്രസ്തുത പ്രസ്ഥാനത്തെ ശ്വാസം മുട്ടിച്ച കൊല്ലുവാൻ ശ്രമിച്ചിട്ടും അതെല്ലാം മറികടന്ന് കൂടുതൽ ഊർജ്ജസ്വലതയോടേയുംജനകീയ പിന്തുണയോടേയും തൃശ്ശൂരിലെ ചിട്ടി പ്രസ്ഥാനം നിനിൽക്കുന്നത്. ജനങ്ങൾക്കാശ്വാസമായി അത് വളരുകയും ചെയ്യുന്നു. ഈ പ്രസ്ഥാനത്തിന് മാതൃകയാകുന്നത് പ്രകൽഭർ ആവിഷഷ്കരിച്ച സാമൂഹ്യ സുരക്ഷ പദ്ധതികളാണ്.

ബുദ്ധിരാക്ഷസനായ രാജാജി മദ്രാസിൽ സ്വന്തം സമുദായ ങ്ങളുടെ ക്ഷേമത്തിനു വേണ്ടി സമുദായത്തിലെ കുടുംബങ്ങളെ ഉൾക്കൊള്ളിച്ച് കൊണ്ട് അവർക്കായൊരു സ്വയം സുരക്ഷാ പദ്ധതി ആവിഷ്കരിച്ചിട്ടുണ്ടായിരുന്നു. മാസം തോറും ഒരു നിശ്ചിത സംഖ്യ എല്ലാ കുടുംബങ്ങളും സംരക്ഷണ പദ്ധതിയിലേക്ക് സംഭാവന കൊടുക്കുകയും അങ്ങിനെ ലഭിക്കുന്ന മൊത്തം സംഖ്യ ആ മാസം തന്നെ അടിയന്തിരാവശ്യങ്ങൾ നിറവേറ്റുവാൻ ബുദ്ധിമുട്ടുന്ന ഒരു കുടുംബത്തിന് നൽകുകയും ചെയ്യുന്ന ഒരു പദ്ധതിയായിരുന്നു അത്. കുടുംബത്തിൽ പെട്ടെന്നുണ്ടാകുന്ന വിവാഹ- മരണ ആവശ്യങ്ങൾക്ക് അത് സഹായകവുമായിരുന്നു. സമുദായങ്ങളുടെ പരിപൂർണ പിന്തുണ ആ പദ്ധതിക്ക് ലഭിച്ച പ്പോൾ അത് ഏവർക്കും പ്രിയപ്പെട്ടതാവുകയും ദീർഘകാലം ആ സമ്പ്രദായം തുടരുകയും ചെയ്തു.

തൃശ്ശൂരിൽ വ്യാപാരം നടത്തുന്നതിനു വേണ്ടി വ്യാപാരികളെ ക്ഷണിച്ച് കൊണ്ട്വന്ന് കുടിയിരുത്തിയ ശക്തൻ തമ്പുരാൻ, വ്യാപാരികൾക്കുണ്ടാകുന്ന സാമ്പത്തിക പ്രശ്നങ്ങശ മറികടക്കു വാൻ വ്യാപാരികളെ ഉൾക്കൊള്ളിച്ച് കൊണ്ട് ചിട്ടി പ്രസ്ഥാനം നടത്തിയിരുന്നതായി കാരണവന്മാർ വെളിപ്പെടുത്തിയിട്ടുണ്ട്. പിന്നീട് സ്വസമുദായങ്ങളുടെ ഉന്നമനത്തിനു വേണ്ടി ദേവാലയ ങ്ങളെ കേന്ദ്രീകരിച്ച് ആരംഭിച്ച ചിട്ടികൾക്കും സമുദായ ഭേദമന്യേ വൻജനകീയ പിന്തുണയാണ് ലഭിച്ചത്. നാട്ടിൻപുറങ്ങളിലെ നേതൃത്വ ഗുണമുള്ള ചില വനിതകൾ ആ പ്രദേശത്തെ സ്ത്രീകളെ ഒരുമിപ്പിച്ച് കൊണ്ടു നടത്തിയിരുന്ന ചങ്ങാതിക്കുറികൾ വിശ്വ സ്തതയുടേയും സത്യസന്ധതയുടേയും പര്യായങ്ങളായി മാറിയി രുന്നുവെന്ന വസ്തുതയും നാം മറക്കരുത്.

കാലങ്ങൾ മാറിയപ്പോൾ ചിട്ടിപ്രസ്ഥാനത്തിന്റെ നടത്തിപ്പ് ഒരു വ്യവസായമെന്ന നിലയിൽ സാഹസികരായ യുവസംരഭകർ ഏറ്റെടുക്കുകയും നിയമ വിധേയമായി തന്നെ പ്രൈവറ്റ് ലിമിറ്റഡ് കമ്പനികൾ രൂപീകരിച്ച് വിശ്വസ്ഥതയോടും സത്യസന്ധമായും ചിട്ടികൾ നടത്തി ആവശ്യക്കാരുടെ സ്നേഹാദരങ്ങൾക്ക് പാത്രീഭൂതമാകുകയും ചിട്ടികമ്പനികൾ വളരുകയും ചെയ്തു. ഇതേ മാതൃകയിൽ രൂപപ്പെടുത്തിയെടുത്ത ബാങ്കിംങ്ങ് ആവശ്യങ്ങൾ നിറവേറ്റുന്നതിനുള്ള കമ്പനികളായിരുന്നു തുടക്കത്തിൽ സൗത്ത്

ഇന്ത്യൻ ബാങ്കും കാത്തലിക് സിറിയൻ ബാങ്കും ധനലക്ഷ്മി ബാങ്കും. പിന്നീട് ബാങ്കിംഗ് നിയമങ്ങൾ കർശനമായപ്പോൾ അന്ന് നിലവിലുണ്ടായിരുന്ന പല ചിട്ടികമ്പനികളും പ്രമുഖരായ പ്രസ്തുത ബാങ്കുകളുമായി ലയിക്കേണ്ടതായി വന്നു. അതിന് ശേഷം ചിട്ടികൾ മാത്രം നടത്തുവാൻ ധാരാളം പ്രൈവറ്റ് ലിമിറ്റഡ് കമ്പനികൾ രംഗത്തു വന്നു.

കൃത്യമായി എണ്ണത്തിലുള്ള വ്യക്തികളെ ഒരു കൂട്ടമായി പങ്കെടുപ്പിച്ച് കൃത്യമായ ഒരു കാലയളവിൽ അവരിൽ നിന്ന് നിശ്ചിത തുക കൈപ്പറ്റി കൃത്യമായ കാലയളയിൽ അവരിലൊരാൾക്ക് നറുക്കെടുപ്പിലൂടേയോ ലേലത്തിൽ പിടിച്ചെടുത്തോ മൊത്തം സംഖ്യ, ചിറ്റാളർ കമ്മീഷനും, സ്ഥിരം ഡിസ്ക്കൗണ്ടും, ലേലക്കിഴിവും കഴിച്ച് നൽകി വരുന്ന ഒരു പരസ്പരസഹായ പദ്ധതിയാണ് ഇന്നും നടക്കുന്ന മുഴുവൻ ചിട്ടികളുടേയും സാമ്പത്തിക ശാസ്ത്ര അടിത്തറ. നറുക്കെടുപ്പിലൂടെ ചിട്ടി ലഭിക്കുന്നയാൾക്ക് പ്രഖ്യാപിക്കപ്പെട്ട പ്രൈസ് സംഖ്യ മുഴുവനും ലഭിക്കുന്നു. ഇത് ഈ നാട്ടിലെ പ്രഗൽഭരായ കാരണവന്മാർ കണക്കുകൾ കൂട്ടിക്കിഴിച്ച് അവതരിപ്പിച്ച പദ്ധതിയാണ്. അത് തന്നെയാണ് ഇന്നും തുടരുന്നത്. ഈ രംഗത്ത് മത്സരം കടുത്തപ്പോൾ കാലഘട്ടത്തിനനുസരിച്ച് ചില സമ്മാന പദ്ധതികൾ വരിക്കാരെ ആകർഷിക്കുന്നതിനു വേണ്ടി ചില കമ്പനികൾ പ്രഖ്യാപിക്കാറുണ്ട്. അതെന്തൊക്കെയായാലും തന്നെ മേൽപ്പറഞ്ഞ സാമ്പത്തിക ക്രമീകരണങ്ങളുടെ ചുറ്റുവട്ടത്തിൽ ഒതുങ്ങി തന്നെ നിലനിൽക്കുന്നതാണ്.

കേരളത്തിലെ മറ്റുചില സ്ഥലങ്ങളിൽ ചില സ്വാർത്ഥമതികൾ തനതായി നടത്തിയിരുന്ന ചിലചിട്ടികമ്പനികൾ മൂലം ഉപഭോക്താക്കൾ കബളിക്കപ്പെടാൻ ഇടയായപ്പോൾ സർക്കാർ നിയന്ത്രണത്തിന്റെ ചാട്ടവാറുമായി രംഗത്തു വന്നു. എന്നാൽ ഈ ചാട്ടവാർ നിയമവിധേയമായി രജിസ്റ്റർ ചെയ്ത് പ്രവർത്തിക്കുന്ന പ്രൈവറ്റ് ലിമിറ്റഡ് കമ്പനികൾക്ക് ബാധകമാക്കുന്നതായിരുന്നു. കാരണം ആ വ്യക്തി നടത്തുന്ന സ്ഥാപനം പോലെയല്ല ഒരു പ്രൈവറ്റ് ലിമിറ്റഡ് കമ്പനി നടത്തുന്ന സ്ഥാപനം. തൃശ്ശൂരിൽ പ്രവർത്തിക്കുന്ന ചിട്ടികമ്പനികളിൽ ഭൂരിപക്ഷവും അനേകം ഓഹരി ഉടമകളുള്ള പ്രൈവറ്റ് ലിമിറ്റഡ് കമ്പനികളാകയാൽ അവയ്ക്ക് ആവശ്യമായ നിയന്ത്രണങ്ങൾ

സ്വമേധയായും സർക്കാർതലത്തിലും ഉണ്ടായിരുന്നു. അതു കൊണ്ടു തന്നെയാണ് അവയൊന്നും നശിക്കാതെ അനേക വർഷത്തിന്റെ പാരമ്പര്യമുള്ള കമ്പനികളായി ഇന്നും നിനിൽ ക്കുന്നത്. പ്രൈവറ്റ് ലിമിറ്റഡ് കമ്പനികൾക്ക് വർഷം തോറും കമ്പനി നിയമമനുസരിച്ചുള്ള ഓഡിറ്റുകൾ കമ്പനി രജിസ്റ്റാർക്ക് അവർ നൽകേണ്ട റിട്ടേണുകൾ, റിസർവ് ബാങ്കിന്റെ നോൺ ബാങ്കിന്റെ നോൺബാങ്കിംഗ് ഫിനാൻസിങ് കമ്പനികൾക്കുള്ള നിയന്ത്രണങ്ങളും വർഷം തോറും റിസർവ് ബാങ്കിന് നൽകേണ്ട റിട്ടേണുകളും ആദായനികുതി വകുപ്പിന് സമർപ്പിക്കേണ്ട വർഷം തോറുമുള്ള വരവ്- ചിലവ് കണക്കുകൾ എന്നിവകൾ കൊണ്ടു തന്നെ ആവശ്യത്തിലേറെയുള്ള സർക്കാർ നിയന്ത്രണങ്ങൾ ഉള്ളതാണ്. പിന്നീടെന്തിനാണ് അനാവശ്യമായി വീണ്ടും വീണ്ടും നിയന്ത്രണങ്ങൾ കൊണ്ടു വന്ന് ഈ പ്രസ്ഥാനത്തെ നശിപ്പിക്കു വാൻ ശ്രമിക്കുന്നതെന്ന് മനസ്സിലാകുന്നില്ല. നിയന്ത്രണങ്ങളെ മറികടന്ന് ചിട്ടി നടത്തുവാൻ മറ്റ് സംസ്ഥാനങ്ങളിലേക്ക് ചേക്കേ റേണ്ടി വരുന്ന കമ്പനികളുടെ പ്രവർത്തന ശൈലികൾ ഒന്നു മാത്രമാണ് ജനങ്ങൾക്കാശ്വാസമായി ഇന്നും നിലനിൽക്കുന്നത്. അതു കൊണ്ട് സംസ്ഥാനസർക്കാരിന് യാതൊരു ഗുണവും ലഭിക്കുന്നില്ല. മറിച്ച് മറ്റ് സംസ്ഥാനങ്ങളിലേയ്ക്ക് യാത്ര ചെയ്യേണ്ടി വരുന്ന ചിട്ടിനടത്തിപ്പുകാർക്കും വരിക്കാർക്കും യാത്രാ കൂലി ഇനത്തിൽ നഷ്ടമാകുന്ന തുക ഇന്ത്യൻ റെയിൽവേക്കും വിമാനക മ്പനികൾക്കും താമസ- ഭക്ഷണ ചിലവുകൾ മറ്റു സ്ഥലങ്ങളിലെ ഹോട്ടലുകാർക്കും മറ്റൊരു വരുമാനമാർഗ്ഗമായി മാറിയരിക്കുന്ന തായും മനസിലാക്കുവാൻ സാധിക്കും. പ്രസ്തുത കമ്പനികളുടെ പ്ര വർത്തനങ്ങളെ കേരളത്തിൽ തന്നെ നിലനിൽക്കും വിധത്തിലും കേരള സർക്കാരിന് ഒരു വരുമാനം ഉണ്ടാക്കുന്ന തലരത്തിലുള്ള പലപദ്ധതികളും ചിട്ടികമ്പനി ഉടമകൾ സർക്കാരിന് സൂചിപ്പിച്ചെ ങ്കിലും അവയെല്ലാം വനരോധനമായി കലാശിക്കുകയും ചെയ്തു. അതിന്റെ പിന്നിൽ ഈ നിയന്ത്രണങ്ങൾക് വിധേയമല്ലാത്ത സർക്കാരിന്റെ സ്വന്തം ചിട്ടികമ്പനിയെ രക്ഷിക്കുന്നതിനുള്ള വാൻജയായാണെന്ന് പലരും മുറുമുറുക്കുന്നുണ്ട്.

പലതരത്തിലുള്ള സാമ്പത്തിക ആവശ്യങ്ങൾ നിറ വേറ്റുന്നതിന് ബാങ്കുകളും മറ്റു ധനകാര്യ സ്ഥാപനങ്ങളും

സമയോജിതമായി പ്രവർത്തിക്കാതെ ജനങ്ങൾക്ക് ബദ്ധിമുട്ടുകൾ ഉണ്ടാകുമ്പോൾ അവർ വട്ടിപ്പലിശക്കാരുടെ പിടിയിൽ അകപ്പെട്ടു പോകുന്ന സന്ദർഭങ്ങളിൽ നിന്ന് അവർക്ക് ആശ്വാസം ലഭിച്ചത് ചിട്ടികമ്പനികളുടെ ആശ്വാസകരമായ പ്രവർത്തന ശൈലികൾ ഒന്നുകൊണ്ടു മാത്രമാണ് കർഷകരും വ്യാപാരികളും അടിയന്തിരാവശ്യങ്ങൾ മുൻകൂട്ടി കാണുന്ന ജനവിഭാഗങ്ങളും ചിട്ടികമ്പനികളെ ആശ്രയിക്കുന്നത് തികച്ചും സാമ്പത്തിക ലാഭം കൂടി കണ്ട്കൊണ്ട് തന്നെയാണ്. പലപ്പൊഴും ബാങ്കുകളിൽ നിന്നെടുക്കുന്ന വായ്പയേക്കാൾ ആദായകരമാണ് ചിട്ടിയിൽ ചേർന്ന് ചിട്ടി വിളിച്ചെടുത്ത് അവരുടെ സാമ്പത്തികാവശ്യങ്ങൾ നിറവേറ്റുന്നത്. അതിനൊരുദാഹരണം ചുവടെ ചേർക്കുന്നു.

ഞാനും എന്റെ ഒരു സുഹൃത്തും ഒരേ കാലഘട്ടത്തിൽ ഒരു വ്യാപാരം ആരംഭിക്കുന്നതിന് ഇടയായി. ചിട്ടികമ്പനികളെ ഒരു അവജ്ഞയോടെ കാണുന്ന എന്റെ സുഹൃത്ത് ബാങ്കിൽ നിന്ന് 50000 രൂപയുടെ ലോൺ സ്വന്തം വീട് ഈട് നൽകി എടുത്തു. ഞാൻ ഒരു കുറികമ്പനിയിൽ ഒരു ലക്ഷം രൂപ പ്രൈസ് സംഖ്യയുള്ള ഒരു പൂവൽകുറിയിൽ ചേരുകയും അടിയന്തിരാവശ്യമെന്ന നിലയ്ക്ക് 50000 രൂപ വരെ ലേലം ചെയ്തു. ബാക്കി 50000 രൂപ എന്റെ വീടു ഈടു നൽകി കരസ്ഥമാക്കുകയും ചെയ്തു. ഇത് രണ്ടും നടന്നത് ഒരെ കാലഘട്ടത്തിൽ തന്നെയാണ്. എന്റെ സുഹൃത്തിന് ഓരോ വർഷവും 9000 രൂപ അദ്ദേഹത്തിന്റെ ലോണിന് പലിശയിനത്തിൽ മാത്രം ബാങ്കിന് നൽകേണ്ടതായി വന്നു. എനിക്കാകട്ടെ പല വർഷങ്ങളിലും 4000 മോ 5000 മോ മാത്രമാണ് പലിശയും മുതലുമടക്കം ചിട്ടികമ്പനിയിലേയ്ക്ക് അടക്കേണ്ടി വന്നത്. കാരണം ചിട്ടിവിളിക്കുന്നവരുടെ ലേലാദായം വരികാർക്ക് കൂടി ലഭ്യമാക്കുന്നതിനാൽ വർഷത്തിൽ 3 ഇൻസ്റ്റാൾമെന്റുകളായി (2500X3) 7500 രൂപ അടയ്ക്കേണ്ട കുറി പറഞ്ഞതിന് വൻകിഴിവുകൾ കഴിച്ച് അത്രമാത്രം സംഖ്യയോ അടക്കേണ്ടതായി വരുന്നുള്ളൂ. ഇനി ലേലമൊന്നും നടന്നില്ലെങ്കിൽ തന്നെ 7500 മാത്രമെ കുറികമ്പനിയിലെക്ക് അടക്കേണ്ടതായും വരുന്നുള്ളൂ. എന്തിനേറെ പതിനാററ കൊല്ലം കഴിഞ്ഞപ്പോഴും ബാങ്കിൽ 50000 രൂപയുടെ ബാധ്യതയും വീടിന്റെ ആധാരം ബാങ്കിന്റെ കൈവശവും എന്ന നിലയിൽ

അവശേഷിക്കുന്നതിനാൽ സുഹൃത്ത് വിലപിച്ചു കൊണ്ടേയിരിക്കുന്നു. ഞാനാകട്ടെ കുറികമ്പനിയുടെ ബാദ്ധ്യതകൾ തീർത്ത് ആധാരം കുറി കമ്പനിയിൽ നിന്ന് മടക്കിവാങ്ങുകയും ചെയ്തു. ഈ സത്യം വ്യാപാരികൾക്കും, കർഷകർക്കും, ജനങ്ങൾക്കും നല്ലതു പോലെ അറിയാവുന്നതു കൊണ്ടാണ് ചിട്ടികമ്പനികൾ നിലനിൽക്കുന്നത്. ചിട്ടികമ്പനികളുടെ സാമൂഹിക സംരക്ഷണ പ്രതിബദ്ധത തന്നെയാണ് അവയിലേക്ക് ജനങ്ങളെ ആകർഷിക്കുന്നതും സർക്കാർ നിയന്ത്രണങ്ങളെ തട്ടിമാറ്റി ചിട്ടികമ്പനികൾ മുന്നോട്ടു പോകുന്നതും.

ഇനിയെങ്കിലും കേരള സർക്കാരിന്റെ കണ്ണ് തുറന്ന് ചിട്ടി വ്യവസായത്തെ കേരളത്തിൽ തന്നെ നിലനിർത്തുന്നതിനുള്ള നിയമ മാറ്റങ്ങൾ ഉണ്ടാകേണ്ടത് അത്യന്താപേക്ഷിതമാണ്. അനേകായിരം കമ്പനി ഓഹരി ഉടമകളും അനേക ലക്ഷം തൊഴിലാളികളും പ്രവർത്തിയെടുക്കുന്ന ഈ മേഖലയെ നശിപ്പിച്ച് നാറാണക്കല്ല് കാണിക്കരുതേ... ഇതൊരു സമൂഹത്തിന്റെ വിലാപം തന്നെയാണ്. അധികൃതർ കണ്ണടയ്ക്കരുത്

മോദിയുടെ വികസന തന്ത്രം - ഗുജറാത്തിലെ തുടക്കം 2008 ലെ ഒരു പഠനം

1. വ്യാവസായിക വികസനത്തിൽ അത്യാകർഷണീയമായ ഒരു റെക്കോർടാണ് ഗുജറാത്തിനുള്ളത്. സംസ്ഥാനത്തെ മൊത്തം ആഭ്യന്തര ഉൽപ്പാദന വളർച്ച (Gross State Domestic Product- GSDP) യിൽ കാണുന്ന സ്ഥിരത ഏറ്റവും ശുഭോദോർക്കമായ ഒരു വസ്തുതയാണ്. പ്രസ്തുത വളർച്ചയുടെ വസ്തുതാപരമായ കണക്കുകൾ ഇത്തരത്തിൽ പരിശോധിക്കുന്നത് നന്നായിരിക്കും. 2001-2002 ൽ 1,13,277 കോടി രൂപയിൽ നിന്ന് 2005-2006 ആയപ്പോയേക്കും അത് 1,69,354 കോടി രൂപയായി മാറിയെന്നതും അതിൽ മാനുഫാക്ചറിംഗ് സെക്ടർ കാണിക്കുന്ന GSDP 2001-2002 ൽ 30,734 കോടി രൂപയിൽ നിന്ന് 2005-2006 ൽ 49,725 കോടി രൂപയുടേതുമാണ്. സംസ്ഥാനത്തിന്റെ മൊത്തം GSDP യിൽ 2001-2002 ൽ 27.13% ആയിരുന്ന മാനുഫാക്ച്ചറിംഗ് സെക്ടറിന്റെ വളർച്ചയുടെ സംഭാവനയെങ്കിൽ അത് നിരന്തരം തുടർന്ന് 2005-2006 ലും 29.36% എന്ന നിലയിൽ എത്തി നിൽക്കുന്നു. മാനുഫാക്ച്ചറിംങ്ങ് സെക്ടർ കഴിഞ്ഞ 5 വർഷമായി 12% വളർച്ചാ നിരക്ക് നിലനിർത്തി പോരുന്നു.

2. വ്യാവസായിക നിക്ഷേപത്നിന് ആകർഷണീയമായ ഒരു സംസ്ഥാനമായി ഗുജറാത്ത് കഴിഞ്ഞ കുറേ വർഷങ്ങളായി നിലകൊള്ളുകയാണ്. സംസ്ഥാന സർക്കാർ നിക്ഷേപങ്ങളെ ആകർഷിക്കുന്നതിനും വർധിച്ച വരുന്നതിനും ഉള്ള നടപടികളുമായി മുന്നോട്ട് ദ്രുതഗതിയിൽ ചലിച്ച് കൊണ്ടിരിക്കുന്നു. 2003 ൽ സർക്കാർ പ്രഖ്യാപിച്ച വ്യാവസായിക നയം സംസ്ഥാനത്തെ വ്യവസായ യൂണിറ്റുകൾക്കിടയിൽ ആരോഗ്യപരമായ വളർച്ചാ മത്സരം വർദ്ധിപ്പിക്കുവാൻ ഊന്നൽ നൽകി കൊണ്ടായിരുന്നുവെന്നത് നല്ലൊരു ലക്ഷണമായി കാണാം. ആ വ്യവസായിക നയം ഊന്നൽ കൊടുത്തത് ഇൻഫ്രാസ്ട്രക്ച്ചർ വളർച്ചക്കും, ടെക്നോളജി അപ്പ് ഗ്രഡേഷനും സ്മാൾ ആന്റ് മീഡിയം സംരംഭങ്ങൾക്ക് കൂടുതൽ ശക്തി നൽകുന്നതിനും ചില പ്രത്യേക ഗുജറാത്ത് വ്യവസായങ്ങളായ ടെക്സ്റ്റൈൽസ്, ഉപ്പ്, ജെം ആന്റ് ജ്വല്ലറി, ഐ.ടി അഗ്രോ ആന്റ് ഫുഡ് പ്രോസസിംങ് എന്നിവയുടെ വളർച്ചക്കും കൂടി ആയിരുന്നു. മിനറൽ അഗ്രാ ആന്റ് ഫുഡ് പ്രോസസിംങ് ,ടൂറിസം, ഐ.ടി പവർ റോഡ് ട്രാൻസ്പോർട്ട് എന്നിവയുടെ ഇൻഫ്രാസ്ട്രക്ച്ചർ വികസനം എന്നീ മേഖലളിൽ സംസ്ഥാന സർക്കാർ പ്രത്യേക വികസന പദ്ധതികൾ തന്നെ നടപ്പിലാക്കിയിരുന്നു.

3. ഗുജറാത്തിനെ വ്യാവസായിക നിക്ഷേപത്തിനനുകൂല സംസ്ഥാനമായി മാറ്റുന്നതിന്റെ ഭാഗമായി ആദ്യം തന്നെ ഒരു ഗ്ലോബൽ ഇൻവെസ്റ്റ്ഴ്സ് സമ്മിറ്റ് 2003 ൽ നടത്തി. തുടർന്ന് മറ്റൊരു സമ്മിറ്റ് 2005 ലും നടത്തി. രണ്ട് സമ്മിറ്റുകളും നടത്തിയതിന്റെ ഫലമായി ലഭിച്ച പ്രൊപ്പോസലുകളും എം.ഒ.യു കളും മുഖേന 1,72,228 കോടി രൂപയുടെ നിക്ഷേപത്തിനുള്ള അവസരങ്ങൾ ലഭിച്ചു. അതിൽ 219 പ്രെജക്ടുകൾ ഫലപ്രദമായി നടപ്പാക്കുകയും അതു മുഖേന 1,42,320 കോടി രൂപയുടെ നിക്ഷേപം ലഭിക്കുകയും ചെയ്തതിൽ ഇപ്പോൾ 113 പ്രൊജക്ടുകളിലായി 47,240 കോടി രൂപയുടെ കമ്മേഴ്സ്യൽ പ്രൊഡക്ഷൻ ആരംഭിക്കുകയും ചെയ്തിരിക്കുന്നു.

4. മുൻപ് നടത്തിയ 2 സബ്മിറ്റുകളുടേയും വിജയം മനസ്സിലാക്കിയ ഗുജറാത്ത് സർക്കാർ വിപുലമായ തോതിൽ മറ്റൊരു

ഗ്ലോബൽ ഇൻവസ്റ്റേഴ്സ് സമ്മിറ്റ് 2007 ജനുവരിയിൽ നടത്തുകയുണ്ടായി. അത് വൻ വിജയമായിരുന്നു. ഇന്ത്യയിലെ മുൻപന്തിയിൽ നിൽക്കുന്ന വ്യാവസായിക സ്ഥാപനങ്ങളും 12 വിദേശരാജ്യങ്ങളിൽ നിന്ന് 125 നിക്ഷേപകരും പ്രസ്തുത സമ്മിറ്റിയിൽ പങ്കെടുക്കുകയുണ്ടായി. സമ്മിറ്റിന്റെ ഫലമായി സംസ്ഥാനത്ത് 363 പ്രോജക്ടുകൾ മുഖേന 4,61,835 കോടി രൂപയുടെ നിക്ഷേപം ആകർഷിക്കുവാൻ അവസരമുണ്ടായി. ഈ പദ്ധതികളുടെ മാത്രം ഫലമാവി തന്നെ 13.26 ലക്ഷം ആളുകൾക്ക് തൊഴിലവസരങ്ങൾ സൃഷ്ടിക്കുവാൻ സാധിക്കും. ഈ പ്രോജക്ടുകൾ പെട്ടെന്ന് പ്രാവർത്തികമാക്കുന്നതിനുള്ള ശ്രമത്തിലാണ് സർക്കാരും സംരംഭകരും.

5. കേന്ദ്രസർക്കാർ 1991 ൽ കൊണ്ടുവന്ന സാമ്പത്തിക പരിഷ്ക്കാരങ്ങളുടെ ഫലമായി വ്യവസായങ്ങൾ തുടങ്ങുന്നതിന് ഇൻഡസ്ട്രിയൽ എന്റർപ്രണെഴ്സ് മെമ്മോറാണ്ടം (IEM) ഫയൽ ചെയ്യുന്നതിന് സ്വീകരിച്ച നടപടികൾ രാജ്യത്തിലേയും സംസ്ഥാനങ്ങളിലേയും നിക്ഷേപക വളർച്ച അറിയുന്നതിനുള്ള ഒരു മാനദണ്ഡമായി മാറിയിട്ടുണ്ട്. അതിൽ ഏറ്റവും കൂടുതൽ (IEM) ലഭിച്ച സംസ്ഥാനമായി ഗുജറാത്ത് മുൻപന്തിയിലേക്ക് ഉയർന്നുവന്നിരിക്കുന്നു. ഗുജറാത്തിന് 8501 IEM ലഭിച്ചതിലൂടെ 4,31,390 കോടി രൂപയുടെ നിക്ഷേപം 1991-2007 കാലഘട്ടത്തിൽ ആകർഷിക്കുവാൻ കഴിഞ്ഞുവെന്നത് ഒരു നല്ല റെക്കോർഡ് ആണ്. രാജ്യത്തിലെ മൊത്തം നിക്ഷേപത്തിൽ 15% ഗുജറാത്തിൽ എത്തപ്പെട്ടുവെന്നത് ഗുജറാത്തിലെ വ്യവസായിക നയത്തിന്റെ സ്ഥിരതയുടെ ഫലമാണെന്ന് മനസ്സിലാക്കുവാൻ സാധിക്കും. IEM മുഖേന ഗുജറാത്തിന് ലഭിച്ച നിക്ഷേപങ്ങളുടെ ഒരു പട്ടിക ചേർക്കുന്നു.

കൊല്ലം	IEM കളുടെ എണ്ണം	നിക്ഷേപം കോടികളിൽ	രാജ്യത്തിലെ മൊത്തം നിക്ഷേപത്തിൽ ഗുജറാത്തിന്റെ പങ്ക്
2002	293	10308	10.75
2002	293	10308	10.75
2003	395	22781	19.21
2004	547	28475	10.66
2005	750	79548	22.47
2006	565	66109	11.24
91 മുതൽ 2007 വരെ	8501	4,31,890	14.97

6. കൂടാതെ ലറ്റർ ഓഫ് ഇൻറ്റൻറ്റ്സ് (LOI) ലഭിക്കുന്നതിലും ഗുജറാത്ത് ഒന്നാം സ്ഥാനത്ത് തന്നെ തുടരുന്നു. സംസ്ഥാനത്തിന് 1991-2007 കാലഘട്ടത്തിൽ 459-ലേറം LOI ലഭിച്ചതിലൂടെ 22418 കോടി രൂപയുടെ നിക്ഷേപം ലഭിക്കുകയും അത് രാജ്യത്തിലെ മൊത്തം കണക്കിൽ 18% വിഹിതം ഗുജറാത്തിനർഹതപ്പെട്ടതായി മാറ്റുകയും ചെയ്തു.
7. ഗുജറാത്ത് സർക്കാർ ഇന്റൻസീവ് ഇൻവസ്റ്റമെന്റ് മോണിറ്ററിംങ്ങ് സിസ്റ്റം നടപ്പിലാക്കിയതോടെ പ്രോജക്ടുകളുടെ അംഗികാരങ്ങളും നടത്തിപ്പുകളും ദ്രുതഗതിയിലാക്കുന്നതിന് സഹായിച്ചു. 2007 സെപ്റ്റംബറോടെ 5067 പ്രോജക്ടുകളുടെ അംഗികാരങ്ങൾ നടപ്പിലാക്കിയതോടെ 1,45,110 കോടി രൂപയുടെ നിക്ഷേപം പ്രാവർത്തികമാക്കുന്നതിനും അതുമൂലം 8077 ലക്ഷം ആളുകൾക്ക് തൊഴിലവസരങ്ങൾ ലഭിക്കുകയും ചെയ്തു. കൂടാതെ 11,91,150 കോടി രൂപയുടെ നിക്ഷേപം നൽകുന്ന 1890 പ്രോജക്ടുകൾ വിവിധ സോഴ്സുകളിലായി

പ്രവർത്തന പഥത്തിലേക്ക് നീങ്ങുകയാണ്. അവ പൂർത്തിയാകുമ്പോൾ അത് മുഖേന 3018 ലക്ഷം ആളുകൾക്ക് തൊഴിലവസരങ്ങൾ ലഭിക്കുകയും ചെയ്യും.

8. ചെറുകിട വ്യവസായങ്ങളുടെ കാര്യത്തിൽ ഗുജറാത്ത് വൻ വികസനത്തിനാണ് സാക്ഷ്യം വഹിച്ചിരിക്കുന്നത്. 1960 ൽ 2100 SSI യൂണിറ്റുകളുണ്ടായിരുന്ന സ്ഥാനത്ത് 1990 ആയപ്പോഴേക്കും 1,15,000 യൂണിറ്റുകളും 2000 ആയപ്പോഴേക്കും 2,51,000 യൂണിറ്റുകളും 2006 ആയപ്പോഴേക്കും 3,12,000 യൂണിറ്റുകളും ആയി എന്നത് റെക്കോർഡുകൾ സൃഷ്ടിച്ചിരിക്കുകയാണ്. സ്മാൾ സ്കെയിൽ ഇൻഡസ്ട്രികൾ സംസ്ഥാനമാകെ പടർന്നു കിടക്കുകയാണ്. അഹമ്മദാബാദ് ജില്ലയിൽ 65000 SSI യൂണിറ്റുകളും സൂറത്ത് ജില്ലയിൽ 47000 SSI യൂണിറ്റുകളും രാജകോട്ട് ജില്ലയിൽ 32000 SSI യൂണിറ്റുകളും പ്രവർത്തന സജ്ജമായി രംഗത്ത് നിലനിൽക്കുന്നു. മെഹ്സാന, സുരേന്ദ്രനഗർ, ജാം നഗർ, ഭാവനഗർ, കേഡ, ബറോഡ, ബറൂച്ച്, വൽസാദ് എന്നീ ജില്ലകളിലു# പതിനായിരകണക്കിന് SSI യൂണിറ്റുകൾ പ്രവർത്തിച്ച് കൊണ്ടിരിക്കുന്നു.

9. മെറ്റൽ വ്യവസായം, മെറ്റൽ ഉൽപ്പന്നങ്ങൾ, മെഷിനറി അവയുടെ പാർട്ടുകൾ എന്നിവ ഉൾകൊള്ളുന്ന എഞ്ചിനിയറിംങ് വ്യവസായങ്ങൾ ആണ് എണ്ണത്തിൽ മുൻപന്തിയിൽ നിൽക്കുന്നത്. കൂട്ടത്തിൽ പവർ ലൂമുകൾ അടക്കമുള്ള ടെക്സ്റ്റൈൽസ് വ്യവസായവും, ഫുഡ് പ്രോസസിംങ് വ്യവസായവും, നോൺമെറ്റൽ- മിനറൽ അടിസ്ഥാനമുള്ള വ്യവസായങ്ങളും,കെമിക്കൽ പെട്രോ കെമിക്കൽ വ്യവസായങ്ങളും, ഫാർമസ്യൂട്ടിക്കൽ വ്യവസായവും, പ്ളാസ്റ്റിക്-റബർ ഉൽപ്പന്നങ്ങളുടെ വ്യവസായങ്ങളും, മര വ്യവസായവും അവരോടണ ക്രമത്തിൽ പ്രമുഖസ്ഥാനങ്ങളിൽ നിലനിൽക്കുന്നു.

10. സംസ്ഥാന സർക്കാർ 1999-2000 ൽ SSI കളുടെ ഒരു സെൻസസ്സ് എടുക്കാകയുണ്ടായി. കേന്ദ്രസർക്കാര മൂന്നാം തവണയും SSI യൂണിറ്റുകളുടെ സെൻസസ് ഈ കാലഘട്ടത്തിൽ തന്നെ എടുത്തു. ഈ സെൻസസുകളുടെ ഫലമായി ക്ളാസുകൾ തരം തിരിച്ച് മനസിലാക്കുവാൻ

സാധിച്ചുവെന്നാണ് ഒരു പ്രത്യേകത. ഗുജറാത്തിൽ 83 പ്രോജക്ട് ക്ലാസുകൾ ഉണ്ട്. എതിൽ 30 എണ്ണം എഞ്ചിനിയറിംങ് വിഭാഗത്തിലും 13 എണ്ണം ടെക്സ്റ്റൈൽ വിഭാഗത്തിലും 10 എണ്ണം ഫുഡ് പ്രോസസിംങ് വിഭാഗത്തിലും 7 എണ്ണം കെമിക്കൽ വിഭാഗത്തിലും 6 എണ്ണം മിനറൽ വിഭാഗത്തിലും 17 എണ്ണം മറ്റു വിഭാഗങ്ങളിലുമാണ്. ക്ലാസുകൾ സംസ്ഥാനത്തിന്റെ വിവിധ ഭാഗങ്ങളിലാണ് പ്രവർത്തിക്കുന്നത്. അതിൽ പ്രോജക്ട് ക്ലാസുകളായ ബ്രാസ്പാർട്ട്സ് വ്യവസായം ജാം നഗറിലും, ഓയിൽ എഞ്ചിൻ വ്യവസായം രാജ്ക്കോട്ടിലും മെഷ്യൻടൂൾസ് വ്യവസായം രാജ്കോട്ട് അഹമ്മദാബാദ് എന്നിവിടങ്ങളിലും സിറാമിക്ക് പ്രോജക്ട് വ്യവസായം മോർബിയിലും പവർ ലൂമുകൾ അഹമ്മദാഭാദ് സൂറത്ത് എന്നിവിടങ്ങളിലും ടെക്സ്റ്റൈൽ പ്രോസസിംങ് വ്യവസായം അഹമ്മദാബാദ് സൂറത്ത് എന്നിവിടങ്ങളിലും പ്ളാസ്റ്റിക് ഉലപ്പന്നങ്ങൾ അഹമ്മദാബാദ് ബറോഡ, രാജ്കോട്ട് എന്നിവിടങ്ങളിലും ഡൈവ്യവസായം അഹമ്മദാഭാദ്, വാപി എന്നിവിടങ്ങളിലും പേപ്പർ വ്യവസായം വാപിയിലും വ്യാപിച്ചു കിടക്കുന്നു.

11. ഗുജറാത്ത് സർക്കാർ കേന്ദ്ര ഫണ്ടുകൾ ഉപയോഗിച്ച് ക്ളസ്റ്ററുകളെ ശക്തിപ്പെടുത്തുന്നതിനാവശ്യമായ നടപടികൾ കൈക്കൊള്ളുന്നുണ്ട്. അവയെ അന്താരാഷ്ട്ര നിലവാരത്തിലുള്ള മത്സരത്തിലേർപ്പെടുവാൻ സഹായിക്കുന്ന വിധത്തിലാണ് സർക്കാർ പരിപാടികൾ ആവിഷ്കരിച്ചിട്ടുള്ളത്. ടെക്നോളജി അപ്ഗ്രഡേഷൻ, ക്വാളിറ്റി ഇംപ്രൂവ്മെന്റ് ജീവനക്കാർക്കുള്ള ട്രെയിനിംങ് സൂപ്പർവൈസർമാർക്കും സംരംഭകരക്കും ഉള്ള ട്രെയിനിംങ് കോമൺ ഫെസിലിറ്റി സെന്റർ ഏർപ്പെടുത്തുന്നതു വഴി മികച്ച ഉൽപ്പാദന ലക്ഷ്യം എന്നീ സൗകര്യങ്ങളെല്ലാം ക്ളസ്റ്റർ രൂപീകരണത്തോടു കൂടി പ്രാവർത്തികമാക്കുവാൻ സംസ്ഥാന സർക്കാർ ശ്രമിക്കുന്നുണ്ട്. R & D ഇൻസ്റ്റിട്യൂഷനുകളെ ക്ളസ്റ്റർ രൂപീകണത്തിന്റെ ചുമതലകൾ ഏൽപ്പിച്ചിട്ടുണ്ട്. അത് ക്ളസ്റ്റർ വികസന നടപടികൾക്ക് വിവിധ ഇൻസ്റ്റിട്യൂഷനുകളെ ആവശ്യമായ സഹായങ്ങൾ നൽകി പ്രോത്സാഹിപ്പിച്ചു

കൊണ്ടിരിക്കുന്നു. നിലവിലുള്ളവ കൂടാതെ 20 വിവിധ ക്ലസ്റ്ററുകളുടെ രൂപീകരണം ദ്രുതഗതിയിൽ നടന്നു കൊണ്ടിരിക്കുകയാണ്. അവയുടെ പ്രവർത്തന പഥത്തിലെ അനുഭവങ്ങൾ ശുഭസൂചകമാണ്. സംസ്ഥാന സർക്കാർ എല്ലാ ക്ലസ്റ്ററുകളേയും ഈ പദ്ധതിയുടെ കീഴിൽ കൊണ്ടു വരുവാൻ പരിപാടിയിട്ടിട്ടുണ്ട്.

12. വ്യാവസായിക ഉൽപ്പന്നങ്ങളുടെ കയറ്റുമതിയിൽ ഗുജറാത്ത് കണ്ണഞ്ചിപ്പിക്കുന്ന പ്രകടനമാണ് കാഴ്ചവച്ചിരിക്കുന്നത്. 2002-2003 ൽ ഇന്ത്യയിലെ മൊത്തം കയറ്റുമതിയുടെ 8.7 % വരുന്ന 22,208 കോടി രൂപയുടെ കയറ്റുമതി ഗുജറാത്തില നടന്നപ്പോൾ 2003-2004 10.9 % വരുന്ന 31976 കോടി രൂപയുടേയും 2005-2006 ല 14.3% വരുന്ന 64538 കോടി രൂപയുടേയും കയറ്റുമതിയാണ് ഗുജറാത്തിൽ നടന്നിരിക്കുന്നത്. ഈ കയറ്റുമതിയുടെ കണക്കിൽ ജെം ആന്റ് ജ്വല്ലറി ഉൾപ്പെടുന്നില്ല. കാരണം അവയുടെ ഉൽപ്പാദനം നടക്കുന്നത് ഗുജറാത്തിലാടെങ്കിലും കയറ്റുമതി നടക്കുന്നത് മുംബൈ മുഖേനയാണ്. അവ കൂടി ഗുജറാത്തിന്റെ കണക്കിൽപ്പെടുത്തുകയാണെങ്കിൽ രാജ്യത്തിലെ കയറ്റുമതിയുടെ 25% ഗുജറാത്തിനവകാശപ്പെട്ടതായി വരും.

13. ഗുജറാത്തിൽ നിന്ന് കയറ്റുമതി ചെയ്യപ്പെടുന്ന വസ്തുക്കളിൽ താഴെ പറയുന്നവ പ്രധാനപ്പെട്ടവയാണ്. പെട്രോളിയം ഉൽപ്പന്നങ്ങൾ, ഓർഗാനിക് കെമിക്കൽസ്, ഡൈകൾ, ഫാർമ ഉൽപ്പന്നങ്ങൾ, പ്ളാസ്റ്റിക് ഉൽപ്പന്നങ്ങൾ, ടെക്സ്റ്റൈൽസ്, മറൈൻ ഉൽപ്പന്നങ്ങൾ, അയോൺ സ്റ്റീൽ, കോപ്പർ ആർട്ടിക്കിൾസ് മുതലായവയാണ് അവ. പ്രാദേശിക ഇൻഡസ്ട്രികളുടെ അന്താരാഷ്ട്ര നിലവാരത്തിലുള്ള മാത്സര്യം പ്രോത്സാഹിപ്പിക്കുവാൻ സംസ്ഥാന സർക്കാർ ഒരു GOC A M A സെന്റർ അഹമ്മദാബാദ് മാനേജ്മെന്റ് അസോസിയേഷനിൽ തുടങ്ങിയിട്ടുണ്ട്.

14. ഗുജറാത്ത് സർക്കാർ കൂടുതൽ സ്പെഷ്യൽ എക്കണോമിക് സോണുകൾ (SEZ) ഉണ്ടാക്കുന്നതിന് പ്രോത്സാഹനങ്ങൾ നൽകി വരികയാണ്. സെസ് ആക്ട് 2004, സെസ് റൂൾസ് 2005 എന്നിവ പ്രാബല്യത്തിൽ വന്നതോടെ സെസുകളുടെ

വളർച്ചയ്ക്ക് അത് സഹായകരമായി. അത് ഇൻഫ്രാസ്ട്രക്ച്ചറിന്റെയും മറ്റു സേവന വിഭാഗങ്ങളുടേയും വളർച്ചയെ ത്വരിതപ്പെടുത്തുകയും ചെയ്തു. സെസിൽ വരുന്ന യൂണിറ്റുകൾക്ക് ടാക്സ് ഇളവുകൾ നൽകി സംസ്ഥാനസർക്കാര തൊഴിൽ നിയമങ്ങളിൽ കാലോചിതമായി പരിഷ്ക്കാരങ്ങൾ വരുത്തുകയും സെസ് സോണുകളിൽ അവയ്ക്കെല്ലാം ഫ്ളക്സിബിലിറ്റി ഏർപ്പെടുത്തുകയും ചെയ്തു.

15. 51 സ്പെഷൽ എക്കണോമിക് സോണുകൾ ഗുജറാത്തിൽ അനുവദിക്കപ്പെട്ടിട്ടുണ്ട്. #ാവയിൽ 11 മൾട്ടി പ്രോഡക്ട് സെസുകളും, ടെക്സ്റ്റൈൽസ്, ഫാർമ, എഞ്ചിനിയറിംങ്, കെമിക്കൽസ്, സിറാമിക്സ്, ജെം ആന്റ് ജ്വല്ലറി, ഐ ടി എന്നി മേഖലകൾക്കായി 40 സെക്ടർ സ്പെസഫിക് സെസുകളും ആണ് അംഗീകാരം നേടിയിട്ടുള്ളത്. ഈ സോണുകൾ സ്ഥാപനത്തിന്റെ വിവിധ ഭാഗങ്ങളിലായി പരന്നു കിടക്കുന്നു. അനുവദിക്കപ്പെട്ടവയിൽ 5 എണ്ണം ആരംഭിക്കുകയും 8 എണ്ണം 2007 ൽ പൂർത്തിയാകുന്ന സ്ഥിതിയിലുമാണ്. ഈ വികസന പ്രക്രിയകൾ കൊണ്ട് ഗുജറാത്ത് വ്യാവസായികമായി മുൻപന്തിയിലെത്തുകയും നിക്ഷേപ സൗഹാർദ സംസ്ഥാനമെന്ന നിലയിൽ തൊഴിൽ സംരംഭങ്ങൾക്കും തൊഴിൽ അവസരങ്ങൾക്കും പ്രാമുഖ്യം നൽകുന്ന സംസ്ഥാനമെന്ന നിലയിൽ ഖ്യാതി നേടുകയും ചെയ്തിരിക്കുന്നു. വ്യവസായ തൊഴിൽനയ പരിഷ്ക്കാരങ്ങൾ, രാഷ്ട്രീയ ചരട് വലികൾക്ക് മീതെ തന്നെ നിൽക്കുമെന്ന് ഗുജറാത്തിലെ ജനങ്ങൾ വിശ്വസിക്കുകയും തെളിയിക്കുകയും ചെയ്തിരിക്കുന്നു.

(അവലംഭം: ലഘു ഉദ്യോഗ് മഹാ മണ്ഡൽ ബുള്ളറ്റിൻ)

(തൃശ്ശൂർ ഇൻഫ്രാസ്ട്രക്ച്ചർ ഡെവലപ്മെന്റ് സൊസൈറ്റിയുടെ പ്രസിഡന്റ് കൂടിയാണ് ലേഖകൻ)

നവ ഭാരത നിർമ്മാണ ചിന്തകൾ

അർത്ഥക്രാന്തി സൻസ്ഥാൻ എന്ന സംഘടനയുടെ പ്രധാന ശിൽപ്പലകളിൽ ഒരാളായ അനിൽ ബൊക്കിലിന് ഇന്ത്യൻ പ്രധാനമന്ത്രി നരേന്ദ്ര മോദിയുമായി ആശയങ്ങൾ പങ്കു വെക്കുന്നതിന് അവസരം ലഭിച്ചു. 9 മിനിറ്റാണ് ചർച്ച്ക്ക് സമയം അനുവദിച്ചിരുന്നതെങ്കിലും 2 മണിക്കൂറോളം പ്രധാനമന്ത്രി അദ്ദേഹത്തെ ശ്രവിച്ചുവെന്ന് പറയുമ്പോൾ പങ്കുവെച്ച ആശയങ്ങളുടെ ഗൗരവം നമ്മൾക്ക് മനസ്സിലാവാൻ സാധിക്കും.

അർത്ഥക്രാന്തി ശുപാർശകൾ

എന്താണ് അർത്ഥക്രാന്തിയുടെ ശുപാർശകൾ. അത് നൽകിയത് ആര്?

അർത്ഥക്രാന്തി ശുപാർശകൾ നൽകിയിരിക്കുന്നത് മഹാരാഷ്ട്രയിലെ പൂന ആസ്ഥാനമായി പ്രവർത്തിക്കുന്ന അർത്ഥക്രാന്തി സൻസ്ഥാൻ എന്ന സാമ്പത്തിക ഉപദേശക സ്ഥാപനമാണ്. ഒരു സംഘം ചാർട്ടേഡ് എക്കൗണ്ടന്റുമാരും, എഞ്ചിനിയർമാരും അടങ്ങുന്നതാണ് അർത്ഥക്രാന്തി സൻസ്ഥാൻ എന്ന സൻസ്ഥാൻ രൂപത്തിലുള്ള പാറ്റന്റ് ചെയ്ത ഈ സംഘടന. അർത്ഥക്രാന്തി ശുപാർഷകൾ വളരെ പ്രായോഗികവും സുരക്ഷിതത്വമാർന്നതുമായ പരിഹാര മാർഗ്ഗങ്ങളാണ്. രാജ്യത്തെ അലട്ടുന്ന കള്ളപ്പണം, വില വർദ്ധനയും, നാണയപ്പെരുപ്പവും, അഴിമതി, ഫിസക്കൽ ഡെഫിസിറ്റ്, തൊഴിലില്ലായ്മ, റാൻസം,

ജി.ഡി.പി യുടേയും വ്യവസായത്തിന്റെയും വളർച്ച, ഭീകരവാദം, നല്ല ഭരണ രീതികൾ എന്നിവക്കായി സമർപ്പിച്ചിട്ടുള്ളത്.

ശുപാർശകൾ എന്തെല്ലാമാണ്

അർത്ഥക്രാന്തി ശുപാർശകൾ പ്രധാനമായും 5 പോയിന്റുകൾ ഉൾക്കൊള്ളുന്ന തുടർനടപടികളാണ് വിഭാവനം ചെയ്തിരിക്കുന്നത്.

1. എല്ലാ നിലവിലുള്ള 56 ഇനം നികുതികളും, ഇൻകംടാക്സ് ഉൾപ്പെടെയും ഇമ്പോർട്ട് ഡ്യൂട്ടി ഒഴിവാക്കിയും വേണ്ടെന്ന് വെയ്ക്കുക.
2. 1000, 500,100 രൂപ കറൻസി നോട്ടുകൾ പിൻവലിക്കുക.
3. എല്ലാ വലിയ സാമ്പത്തിക ഇടപാടുകളും ബാങ്കിംഗ് സിസ്റ്റത്തിലൂടെ മാത്രം (ചെക്ക്, ഡി.ഡി, ഓൺലൈൻ. ഇലക്ട്രോണിക് മുഖേന നടത്തുന്നതിനുള്ള നടപടികൾ സ്വീകരിക്കുക.
4. ക്യാഷ് ഇഷപാടുകൾക്ക് ഒരു കൃത്യമായ പരിധി ഏർപ്പെടുത്തുക.
5. ഗവൺമെന്റ് റവന്യൂവിന് വേണ്ടി ഒരു സിംഗിൾ പോയിന്റ് ടാക്സ് ബാങ്കിംഗ് സിസ്റ്റത്തിലൂടെ നടപ്പിലാക്കുക. ബാങ്കിംഗ് ട്രാൻസാക്ഷൻ നികുതി (2% മുതൽ 0.7% വരെ) എല്ലാം ക്രഡിറ്റ് എക്കൗണ്ടുകൾക്ക് മാത്രം ഏർപ്പെടുത്തുക.

പ്രധാന വസ്തുതകൾ

1. ഇന്ന് ആകെ നടക്കുന്ന ബാങ്കിംഗ് ഇടപാടുകൾ ദിവസം 2.7 ലക്ഷം കോടിയാണ്. അതായത് 800 ലക്ഷം കോടി ഒരു വർഷത്തിൽ.
2. 20% ൽ കുറഞ്ഞ ഇടപാടുകൾ മാത്രമേ ഇപ്പോൾ ബാങ്കിംഗ് സിസ്റ്റം മുഖേന നടക്കുന്നുള്ളൂ. ബാക്കിയെല്ലാം സുതാര്യമല്ലാത്ത ക്യാഷ് ഇടപാടുകൾ മുഖേനയാണ് നടക്കുന്നത്.
3. 78% ഇന്ത്യൻ ജനത ഒരു ദിവസം ചിലവാക്കുന്നത് 20 രൂപയിൽ താഴെയാണ്. പിന്നെന്തിനാണ് അവർക് വലിയ ഡിനോമിനേഷനിലുള്ള 1000/-500/-100/- രൂപ നോട്ടുകൾ.

ഇൻകം ടാക്സ് അടക്കമുള്ള 56 ടാക്സുകളും ഇല്ലാതാക്കിയാൽ എന്ത് സംഭവിക്കും

1. ശമ്പളക്കാരായ ജനവിഭാഗം കൂടുതൽ പണം വീട്ടിലെത്തിക്കുകയും അത് കുടുംബത്തിന്റെ പർച്ചേസിംഗ് പവർ വർദ്ധിപ്പിക്കുന്നതിന് സഹായകരമാവുകയും ചെയ്യും.
2. എല്ലാ ഉൽപനങ്ങളുടേയും പെട്രോൾ, ഡീസൽ, എഫ്.എം.സി.ജി അടക്കം വില കുറയുകയും അത് ഇപ്പോഴത്തേക്കാൾ 35% മുതൽ 52% വരെ വില കുറവ് അനുഭവപ്പെടുത്തുകയും ചെയ്യും.
3. നികുതി വെട്ടിപ്പിന്റെ പ്രശ്നം ഉണ്ടാകുന്നില്ല. അതു കൊണ്ട് തന്നെ കള്ളപ്പണ സൃഷ്ടിയും ഉണ്ടാകുന്നില്ല.
4. വ്യാപാര വ്യവസായ മണ്ഡലങ്ങൾക്ക് വൻ ഉയർച്ചയും, സ്വയം തൊഴിൽ അവസരങ്ങൾ കൂടുതൽ സൃഷ്ടിക്കപ്പെടുകയും ചെയ്യും.

1000/-500/-100/- രൂപ നോട്ടുകൾ പിൻവലിച്ച് നശിപ്പിച്ചാൽ എന്താവും സ്ഥിതി

1. ക്യാഷ് മുഖേനയുള്ള അഴിമതി 100% ഇല്ലാതാകും.
2. കള്ളപ്പണം, വെളുപ്പിക്കപ്പെടുകയോ ഇല്ലാതാകുകയോ ചെയ്യും. കാരണം ബില്ല്യൺ കണക്കിനുള്ള 1000/-500/-100/- കറൻസി നോട്ടുകൾ ബാഗുകളിലും, കിടയ്ക്കക്കടിയിലും സൂക്ഷിച്ചുവച്ചവ വെറും കടലാസ് തുണ്ടുകളായി മാറും
3. കണക്കില്ലാത്ത ഒളിച്ചുവയ്ക്കപ്പെടുന്ന ക്യാഷ് ആണ് സാധനങ്ങളുടേയും വസ്തുക്കളുടേയും വീടുകളുടേയും ജ്വല്ലറികളുടേയും വൻ വിലക്കയറ്റത്തിന് കാരണമാകുന്നത്. അദ്ധ്വാനിച്ച് നേടുന്ന പണത്തിന്റെ വില നഷ്ടപ്പെടുന്നതിനും അത് കാരണമാകുന്നു. ഇപ്പോഴത്തെ വൻ വില വർദ്ധനവിന്റെ അവസ്ഥ പെട്ടെന്ന് തന്നെ ഇല്ലാതാകും.
4. തട്ടികൊണ്ട് പോകലും, നിരപരാധികളെ കൊല്ലുന്ന സുപാരി കില്ലിംഗ് എന്ന അവസ്ഥയും ഇല്ലാതാകും
5. ക്യാഷ് ഇടപാടുകൾ മുഖേന ഉണ്ടാകുന്ന ഭീകരത വളർച്ചയും നിർത്തലാക്കപ്പെടും.

6. വൻ തുകക്കുള്ള വസ്തു കൈമാറ്റം നടക്കുമ്പോൾ രജിസ്ട്രേഷൻ വില കുറച്ചു കാണിക്കുന്ന രീതിയും ക്യാഷ് ഇടപാടുകൾ ഇല്ലെങ്കിൽ നിർത്തലാക്കപ്പെടും.

7. കള്ളനോട്ടുകളുടെ വിതരണം ഇല്ലാതാകും കാരണം കുറഞ്ഞ ഡിനോമിനേഷനിലുള്ള നോട്ടുകളുടെ പ്രിന്റിംങ് ആദായകരമായിരിക്കുകയില്ല.

ബാങ്കിംഗ് ട്രാൻസാക്ഷൻ ടാക്സ് 2% മുതൽ 0.7% ഏർപ്പെടുത്തിയാൽ എന്ത് സംഭവിക്കും

1. ഇന്ന് ബാങ്കിംഗ് ട്രാൻസാക്ഷൻ ടാക്സ് നടപ്പലാക്കുകയാണെങ്കിൽ സർക്കാരിന് 800 ലക്ഷം കോടി 2%= 16 ലക്ഷം കോടി ഖജനാവിലെത്തും. എന്നാൽ ഇന്നത്തെ എല്ലാനികുതികളും കൂടി കണക്കാക്കിയാൽ സർക്കാരിന് 14 ലക്ഷം കോടിയിൽ താഴെയാണ് വരുമാനമുള്ളത്.

2. ഇപ്പോൾ നടന്നുകൊണ്ടിരിക്കുന്ന മൊത്തം ട്രാൻസാക്ഷന്റെ 50% മെങ്കിലും ബാങ്കിംഗ് ട്രാൻസാക്ഷൻ ടാക്സിന്റെ പരിധിയിൽ വന്നാൽ 2000 മുതൽ 2500 ലക്ഷം കോടി രൂപ വരെ സർക്കാരിന് ലഭ്യമാകും. ഈ അവസ്ഥയിൽ സർക്കാർ ബാങ്കിംഗ് ട്രാൻസാക്ഷൻ ടാക്സ് 1% മുതൽ 0.7% വരെ എന്നാക്കിയാൽ ഇത് വൻ മടങ്ങ് ബാങ്കിംഗ് ട്രാൻസാക്ഷന് സഹായകമാവുകയും നികുതി വരുമാനം വൻ തോതിൽ ഉയരുകയും ചെയ്യും.

3. നികുതി പിരിവിനുള്ള മറ്റു ഡിപ്പാർട്ടുമെന്റുകൾ ഇല്ലാതാക്കുകയും നികുതി സംസ്ഥാന/കേന്ദ്ര ജില്ലാ അഡ്മിനിസ്ട്രഷനുകൾക്ക് അവരുടെ എക്കൗണ്ടിൽ ഉടൻ തന്നെ ലഭ്യമാവുകയും ചെയ്യും.

4. ബാങ്കിംഗ് ട്രാൻസാക്ഷൻ ടാക്സ് നിരക്ക് വളരെ കുറവായതിനാൽ പൊതുജനം അത് ഇഷ്ടപ്പെടും. കാരണം ഇപ്പൊൾ ഡയറക്ടായും ഇൻഡയറക്ടായും പൊതുജനം നൽകുന്ന 56 ഇനം നികുതിയുമായി താരതമ്യപ്പെടുത്തുമ്പോൾ ഈ നികുതി നിരക്ക് വളരെ വളരെ കുറവാണ്.

5. നികുതിവെട്ടിപ്പുണ്ടാകുന്നില്ല. സർക്കാരിന് വൻ റവന്യൂ ലഭിക്കുന്നതിനാൽ അത് വികസനത്തിനും തൊഴിൽ സാധ്യതകൾ

ഉണ്ടാക്കുന്നതിനും സഹായകരമാവുകയും ചെയ്യുന്നു.

6. ഒരു പ്രത്യേക പ്രോജക്റ്റ് നടപ്പാക്കുവാൻ സർക്കാരിന് വേണ മെങ്കിൽ അല്പം നികുതി നിരക്ക് വർദ്ധിപ്പിച്ചാൽ 1%ൽ നിന്ന് 1.2% ആക്കിയാൽ പോലും 0.2% ത്തിന്റെ വർദ്ധനവ് സൃഷ്ടി ക്കപ്പെടുന്നത് 4,00,000 കോടി രൂപയുടെ ഫണ്ടാണ്.

ഇപ്പോൾ നടപ്പിലാക്കിയാൽ ഉണ്ടാകുന്ന വിശേഷം

1. എല്ലാ ഉൽപ്പന്നങ്ങളുടേയും വില വൻ തോതിൽ കുറയും
2. ശമ്പളക്കാരായ ജനവിഭാഗത്തിന് കൂടുതൽ ക്യാഷ് കൈയിൽ വരും.
3. സമൂഹത്തിന്റെ പർച്ചേസിംഗ് പവർ ഉയരും
4. ഡിമാന്റ് ഉയരുന്നതിനാൽ അത് ഉല്പാദനക്ഷമതക്കും വ്യവസാ യവൽക്കരണത്തിനും തൊഴിൽ സാധ്യതകളുടെ വളർച്ചക്കും യുവാക്കൾക്ക് പ്രേരണമായിരിക്കും.
5. സർപ്ലസ് നികുതി ഗവൺമെന്റിന് മറ്റ് മേഖലകളിൽ ഹെൽത്ത്/ വിദ്യാഭ്യാസം, ഇൻഫ്രാസ്ട്രക്ച്ചർ സാമൂഹ്യ സേവനം എന്നിവയിൽ ചിലവഴിക്കുവാൻ സാധിക്കും.
6. ബാങ്കുകളിൽ നിന്ന് ഈസി ലോണുകൾ ലഭിക്കപ്പെടും. പലിശ നിരക്ക് കുറയുകയും ചെയ്യും.
7. സമൂഹത്തിനാകമാനം മാറ്റം ഉണ്ടാകുന്ന അവസ്ഥ സൃഷ്ടിക്ക പ്പെടും.
8. രാഷ്ട്രീയ മേഖലക്ക് വരുന്ന കൂടുതൽ പണം സംശുദ്ധ രാഷ്ട്രീയ ത്തിന് വഴിയൊരുക്കും.
9. ഭൂമിയുടേയും വസ്തുവിന്റെയും വിലകൾ കുറയും
10. ട്രേഡ് ഡെഫിസിറ്റിന് പരിഹാരം കാണുവാൻ ബിഫ് ഇറച്ചി കയറ്റുമതി ചെയ്യേണ്ടി വരില്ല.
11. റിസർച്ചിനും വികസനത്തിനും ആവശ്യമുള്ള ഫണ്ട് ലഭിക്കും.
12. സമൂഹം ചീത്ത വഴക്കങ്ങളിൽ നിന്ന് മോചിതരാകും.

ഇത് വളരെ ലളിതവും, പ്രായോഗികവും അർത്ഥപൂർണ്ണവു മായ നിർദ്ദേശങ്ങളാണ്. അത് ഇന്തയുടെ സ്ഥിതി നല്ല രിതിയിൽ മാറ്റപ്പെടും. ഇന്ത്യയിലെ വ്യാപാരി വ്യവസായി സംഘടനകളിൽ

വളരെക്കാലം നേതാവായി തുടർന്ന ഞാൻ അർത്ഥക്രാന്തി സൻസ്ഥാൻ മുന്നോട്ട് വച്ച നിർദ്ദേശങ്ങളോട് പരിപൂർണ്ണമായി യോജിക്കുന്നു. ഈ വിഷയത്തിൽ ഒരു ദേശീയ സംവാദം ഉയർന്നു വരേണ്ടതായുണ്ട്. അത് നവ ഭാരതത്തിന്റെ നിർമ്മാണത്തിന് കാരണമാകുകയും ചെയ്യും.

വികസനമോ...
വിനാശമോ...

രാജാവ് നഗ്നനാണ്. സത്യം വിളിച്ചു പറയാതെ വയ്യ. അല്ലെങ്കിൽ രാജാവും പ്രജകളും അപഹാസ്യരായി മാറും.

കേരളത്തിലെ പരമ്പരാഗത തൊഴിൽ മേഖലയായ കാർഷിക മേഖല നശിച്ച് നാറാണക്കല്ല് കണ്ടു. മറ്റൊരു മേഖലയായ വ്യവസായ മേഖല തളർന്ന് തരിപ്പണമായി. വ്യാപാര മേഖലയാകട്ടെ ഊർദ്ധ ശ്വാസം വലിച്ചുകൊണ്ടിരിക്കുന്നു. ഈ മേഖലകളെയൊന്നും പുനരുദ്ധരിക്കുവാൻ ശ്രമിക്കാതെ, നാടിന്റെയും നാട്ടാരുടേയും അഭിവൃദ്ധിക്കു വേണ്ടി കൊട്ടിഘോഷിക്കപ്പെട്ട മേഖലയായി ടൂറിസം മേഖലയെ വളർത്തിയെടുക്കുവാൻ അശ്രാന്ത പരിശ്രമം ചെയ്തു. ആ മേഖലയുടെ വളർച്ചക്ക് വേണ്ടി സർക്കാർ പ്രഖ്യാപിച്ച മോഹനസുന്ദര വാഗ്ദാനങ്ങൾ കേട്ട് ധാരാളം ചെറുപ്പക്കാരായ സ്വയം സംരംഭകർ വ്യക്തിപരമായും കൂട്ടമായും സ്വയം തൊഴിൽ കണ്ടെത്തുന്നതിനും മറ്റുള്ളവർക്ക് തൊഴിൽ നൽകുന്നതിനും വേണ്ടി രംഗത്തെത്തി. ടൂറിസം മേഖലയും അനുബന്ധ വ്യാപാര വ്യവസായങ്ങളും വളരുവാൻ തുടങ്ങി. സർക്കാരിന് നല്ലൊരു നികുതി സ്രോതസ്സും

സംരംഭകർക്ക് വരുമാനവും തൊഴിലാളികൾക്ക് തൊഴിലവസരങ്ങളും സൃഷ്ടിക്കപ്പെട്ടു. ഈ അവസരത്തിൽ അതാ വരുന്നു സർക്കാർ തന്നെ സൃഷ്ടിച്ച ഇരുട്ടടികൾ.

മൂന്നാർ എന്ന ടൂറിസ്റ്റ് കേന്ദ്രത്തിൽ സർക്കാര നടത്തിയ ഇടിച്ചു പൊളി ആർക്കാണ് നേട്ടമുണ്ടാക്കിയത്. സർക്കാർ നൽകിയ രേഖകളും മറ്റും ഹാജരാക്കിയതിന്റെ വെളിച്ചത്ത#ിൽ ബാങ്കുകളും ധനകാര്യ സ്ഥാപനങ്ങളും ചെറുപ്പക്കാരായ സംരംഭകരുടെ ആവേശം കണ്ട് കൊടി കണക്കിന് രൂപയാണ് റിസോർട്ടുകൾ നിർമ്മിക്കുന്നതിനും മറ്റും വായ്പ നൽകിയത്. റിസോർട്ടുകൾ പ്രവരത്തനമാരംഭിച്ചപ്പോൾ സന്തോഷത്തിലായ പലരും സന്താപ കടലിൽ ആഴ്ന്നു പോകുവാൻ അധിക സമയമെടുത്തില്ല. ഇത് മൂന്നാറിൽ മാത്രമായിരുന്നില്ല. കേരളത്തിൽ പല സ്ഥലത്തും അരങ്ങേറിയ നാടകത്തിന്റെ പരിസമാപ്തി ഇങ്ങനെ തന്നെ ആയിരുന്നു. സംരംഭകർക്ക് മാനഹാനിയും വൻ ബാധ്യതയും ആത്മഹത്യാമുനമ്പുകളും സർക്കാരിന് വൻ നികുതി നഷ്ടം. ബാങ്കൾക്കും ധനകാര്യ സ്ഥാപനങ്ങൾക്കും വൻ സാമ്പത്തിക നഷ്ടവും പണം തിരിച്ച് പിടിക്കുന്നതിനുള്ള കോലാഹലങ്ങളും. പോരെ, നാടിന്റെ വികസനം ചെന്നെത്തിയ വഴികൾ.

ഈ കാലഘട്ടത്തിൽ തന്നെ ധാരാളം യുവ സംരംഭകർ റിയൽ എസ്റ്റേറ്റ് മേഖലകളിലും ഫ്ളാറ്റ് നിർമ്മാണങ്ങളിലും ഏർപ്പെട്ടിരുന്നു. വിലയില്ലാതെ കിടന്നിരുന്ന ഭൂമിക്ക് വൻ വിലകൾ ലഭ്യമാകുന്നതിനുള്ള അവസരം, ദരിദ്രരായി മാറിയിരുന്ന തുണ്ട് ഭൂമി ഉടമകൾക്ക് പോലും ലഭിച്ചു. പലരും അതിൽ ആശ്വസം കണ്ടു. പലരുടേയും പല ആവശ്യങ്ങളും നിറവേറ്റപ്പെട്ടു. റിയൽ എസ്റ്റേറ്റ് മേഖല വളരുവാനും, സർക്കാരിന് വൻ നികുതിയും, ജനങ്ങൾക്ക് ഭൂമി വിൽപ്പനയിലെ അധികലാഭവവും പാർപ്പിടമില്ലാത്തവരക്ക് പാർപ്പിടം ലഭിക്കുന്നതിനുള്ള അവസരങ്ങളും തൊഴിലാളികൾക്ക് കൂടുതൽ തൊഴിലവസരങ്ങളും മികച്ച വേതന സാധ്യതയും കൈ വന്നു.വാസ്തവത്തിൽ ആ വളർച്ച കണ്ട് ഭരണം- പ്രതിപക്ഷങ്ങൾക്ക് ദഹിച്ചില്ല. അനാവശ്യമായ പല നിയന്ത്രണങ്ങളും, അപ്രായോഗിക കെട്ടിട നിർമ്#ാണ നിയമങ്ങളും സൃഷ്ടിച്ച് ആ മേഖലയുടെ വളർച്ചക്കും കൂച്ച് വിലങ്ങിട്ടു. ഫലമോ ആ വ്യവസായത്തിൽ നിക്ഷേപിച്ചവര്ക്ക് വൻ

സാമ്പത്തിക ബാദ്ധ്യതയും മാനഹാനിയും ആത്മഹത്യക്കുള്ള അവസരങ്ങളും നിക്ഷേപകരക്ക് സാമ്പത്തിക സഹായം നൽകിയ ബാങ്കുകൾക്കും ധനകാര്യ സ്ഥാപനങ്ങൾക്കും വൻ സാമ്പത്തിക നഷ്ടം. സർക്കാരിന് വൻ നികുതി നഷ്ടവും. മറ്റൊരു വികസനത്തിന്റെ കഥ ഈ രിതിയിലാണ് കലാശിച്ചത്. ഈ മേഖലയിലേക്ക് കടന്നു വരുവാൻ സംരംഭകർ മടിക്കുന്നു.

ടൂറിസം മേഖലയൊട് ബന്ധപ്പെട്ട് തന്നെ ഹോട്ടലുകളും, ബാർ ഹോട്ടലുകളും തുടങ്ങുവാൻ സംരംഭകർ തയ്യാറായി. പ്ളാനുകളും സ്വന്തം ഭൂമിയും ഈടു നൽകി ബാങ്കുകളേയും ധനകാര്യ സ്ഥാപനങ്ങളേയും ആശ്രയിച്ച് മൂലധനം കണ്ടെത്തി. സ്ഥാപനങ്ങൾ പ്രവർത്തനമാരംഭിച്ചപ്പോൾ ടൂറിസ്റ്റുകളുടെ ഒഴുക്കാരംഭിച്ചു. ഈ രംഗത്ത് സംരംഭകരായി കടന്നു വന്നവർ ആശ്വാസം കൊണ്ടു. ധാരാളം ചെറുപ്പക്കാരക്ക് തൊഴിലവസരം ഉണ്ടായി. കലാ സാംസ്കാരിക രംഗങ്ങളിൽ ഉണർവുണ്ടായി. വിവിധ തലങ്ങളിലായി തൊഴിലെടുത്ത് ഉപജീവനം നടത്തു വാൻ നാട്ടുകാരക്ക് സാധിച്ചു. സർക്കാരിന് വൻ തോതിൽ നികുതികൾ ലഭിക്കുന്നതിനുള്ള അവസരങ്ങൾ ഉണ്ടായി. മേഖല തഴച്ചു വളരുവാൻ തുടങ്ങി.അതാ വരുന്നു മറ്റൊരു ഇരുട്ടടി.... ബാർ ലൈസൻസുകൾ റദ്ദാക്കുവാൻ സർക്കാർ മുന്നോട്ട് വന്നു. ഫുഡ് സേഫറ്റി നിയമങ്ങളുടെ പേരിൽ ഭീകര വാഴ്ചകൾ തുടർന്നു. ദാ... കിടക്കുന്നു ആ മേഖലയും പടു കുഴിയിൽ. പല ഹോട്ടലുകളും ബാറുകളും പൂട്ടി. സംരംഭകർ ബാദ്ധ്യത കൊണ്ട് ആത്മഹത്യാശ്ര മങ്ങളിലേക്ക് നീങ്ങുന്നു. ബാങ്കുകളും ധനകാര്യ സ്ഥാപനങ്ങളും അവർ നൽകിയ ലോണുകൾ തിരിച്ചു ലഭിക്കാതെ നെട്ടോട്ടമോ ടുന്നു.ജനങ്ങൾ നിലവാരമില്ലാത്ത ഭക്ഷണങ്ങളും വ്യാജ മദ്യങ്ങളും ഉപയോഗിക്കുവാൻ നിർബന്ധിതരാകുന്നു. സർക്കാരിനൊ വൻ തോതിലുള്ള നികുതി നഷ്ടവും നേരിടേണ്ടി വരുന്നു

വ്യാപാര മേഖലയിലെ പുതിയ പരിഷ്ക്കാരങ്ങളായ ഓൺലൈൻ വ്യാപാരത്തെ പ്രോത്സാഹിപ്പിക്കുവാൻ സർക്കാർ ഇപ്പൊൾ പച്ചക്കൊടി കാട്ടുന്നു. അത്തരം വ്യാപാരത്തിൽ നിന്ന് നികുതി പിരിക്കുവാൻ സർക്കാരിന് സാധിക്കുന്നില്ല. വൻ വ്യാപാരം ആ മേഖലയിൽ ഇപ്പോൾ നടക്കുന്നതിനാൽ, അത് മൂല മുണ്ടാകുന്ന വ്യാപാര നഷ്ടം സർക്കാരിന്റെ നിയന്ത്രണങ്ങൾക്ക്

വിധേയമായി വ്യാപാരം ചെയ്യുന്ന ചെറുകിട- ഇടത്തരം വ്യാപാരികൾക്കാണ്. നികുതി നിയന്ത്രണങ്ങൾ ഇല്ലാത്തത് മൂലം ഓൺലൈൻ വ്യാപാരം നടത്തുന്നവർക്ക് വൻ വ്യാപാര ലാഭം. ഉപഭോക്താക്കൾക്ക് നികുതിയില്ലാത്തതിനാൽ വില കുറഞ്ഞ് സാധനങ്ങൾ ലഭ്യമാകുവാനുള്ള അവസരങ്ങശ ഉള്ളതിനാൽ അവർ നേട്ടം ലഭിക്കുമെന്നത് നല്ല കാര്യം തന്നെയാണ്. പക്ഷേ നഷ്ടം പരമ്പരാഗത സാധാരണ വ്യാപാരികൾക്ക്. നികുതിയിനത്തിൽ വൻ നഷ്ടം സർക്കാരിനുമുണ്ടാകുന്നു. ഇത് സാധാരണ വ്യാപാര മേഖലയിലുണ്ടാക്കുന്ന നികുതി കുറവിന് കാരണമാകുന്നുണ്ട്. എന്നിട്ടും സർക്കാർ കണ്ണടച്ച് പ്രശ്ന പരിഹാരം കാണാതെ, സർക്കാരിന് മുൻകാലങ്ങളിൽ നികുതികൾ സ്വരൂപിച്ച് കൊടുത്ത പരമ്പരാഗത വ്യാപാരികളെ പീഡിപ്പിച്ച് നശിപ്പിക്കുന്നതിനാണ് ശ്രമിച്ചു കൊണ്ടിരിക്കുന്നത്.

സ്വകാര്യ ധനകാര്യ സ്ഥാപനങ്ങൾ നൽകിയ പണം തിരിച്ചു ലഭിക്കാതെയും സർക്കാർ നിയന്ത്രണങ്ങളുടെ പേരിൽ നടക്കുന്ന അതിക്രമങ്ങളുടേയും ഫലമായി പൂട്ടി പോവേണ്ട ഗതികേടിൽ ചെന്നെത്തിയിരിക്കുന്നു.ബാങ്കുകളിൽ നിന്ന് ആവശ്യത്തിന് ലോൺ സൗകര്യങ്ങൾ ലഭിക്കാത്ത സാധാരണ ജനങ്ങൾ ആശ്രയിച്ചിരുന്ന നിയമപരമായി തന്നെ നടത്തുന്ന സ്വകാര്യ പണമിടപാട് സ്ഥാപനങ്ങൾ പോലും പൂട്ടിയിട്ടപ്പോൾ കർഷകരും വ്യാപാരികളും മറ്റ് സാധാരണ ജനങ്ങളും ആവശ്യങ്ങൾക്ക് പണം ലഭിക്കാതെ വലയുന്നു.

ഈ വീഴ്ചകളുടെയെല്ലാം തുടർ ചലനങ്ങൾ എല്ലാ മേഖലകളിലേക്കും ബാധിക്കുന്നു. വ്യാപാരികൾക്ക് വ്യാപാരം കുറയുന്നു. ഉല്പാദകർക്ക് ഉല്പ്പന്ന്ങ്ങൾ വാങ്ങുവാൻ ആളില്ലാതെ നട്ടം തിരിയുന്നു. തൊഴിലാളികൾക്ക് തൊഴിലവസരങ്ങൾ നഷ്ടപ്പെടുന്നു. ജനങ്ങൾ ക്രയവിക്രയത്തിന് ബുദ്ധിമുട്ടുകൾ നേരിടേണ്ടതായി വരുന്നു.

വികസനത്തിന്റെ പേര് പറഞ്ഞ് സർക്കാർ നൽകുന്ന മോഹന സുന്ദര വാഗ്ദാനങ്ങൾ കേട്ട് സംരംഭകരായി വരുന്ന യുവാക്കൾക്ക് നേരിടേണ്ടി വന്ന പിഠനത്തിന്റെയും ബാദ്ധ്യതകളുടേയും ഇത്തരം ചില സംഭവങ്ങൾ പച്ചയായി പറഞ്ഞാൽ സർക്കാരിന്റെ വഞ്ചനകളിൽ വീഴുവാൻ ഇനി ആളെ കിട്ടിയില്ലെന്ന് വരാം.

അത് വരും തലമുറയോട് ചെയ്യുന്ന ദ്രോഹമാണോ അതോ നീതിയാണോ എന്ന് പൊതു ജനം തിരിച്ചറിയണം.ഏതാനും ഉദാഹരണങ്ങൾ മാത്രമെ ഇവിടെ പ്രതിപാതിച്ചിട്ടുള്ളൂ.വസ്തുത കളുടെ മുഖം ഇതിനേക്കാൾ ഭീകരമാണ്.

ഈ വിക്രിയകളാലെല്ലാം ഉണ്ടായ നികുതി വരുമാന നഷ്ടം നികത്തുവാൻ ഏർപ്പെടുത്തിയിരിക്കുന്ന പുതിയ ഭൂ നികുതി നിയ മങ്ങൾ, രജിസ്ട്രഷൻ ഫീ വർദ്ധന, ഭൂമിയുടെ നിയന്ത്രിത വില ഇരട്ടിയാക്കൽ എന്നീ പരിഷ്ക്കാരങ്ങൾ കൊണ്ട് ആർക്കെല്ലാം ഏതെല്ലാം മേഖലകൾക്ക് കനത്ത നഷ്ടവും എന്തായിരിക്കുമെന്ന് പ്രവചിക്കുവാൻ സാധിക്കുകയില്ല.

ഒരു കാര്യം വ്യക്തമാണ്. സർക്കാരിനെ നയിക്കുന്നവർ വളരെയേറെ യാഥാർത്ഥ്യ ബോധവും നീതി ബോധവും ഉള്ള വരായിരിക്കണം. ഓരോരുത്തരുടേയും രാഷ്ട്രീയ പ്രതിഛായ നന്നാക്കുവാൻ ശ്രമിക്കുന്നതിനിടയിൽ വീണു പോകുന്ന ധീക്ഷണാബോധവും അദ്ധ്വാന ശേഷിയും ഉള്ള കേരളീയ യുവ ത്വത്തിന്റെ സ്വപ്നങ്ങളേയും പ്രതീക്ഷകളേയും നരകയാതന അനു ഭവിപ്പിക്കുന്നതിനും ആത്മഹത്യയിലേക്ക് തള്ളി വിടുന്നതിനും ഉള്ള നടപടികൾ ആർക്കും ഭൂഷണമല്ല. പുതിയ നയങ്ങളുമായി ജനങ്ങൾക്ക് മുമ്പിൽ വരുന്നതിനു മുമ്പ് ഇനിയെങ്കിലും അതിന്റെ പരാജയങ്ങളെക്കുറിച്ച് വിലയിരുത്തി ബോധ്യപ്പെടണം. സാധാരണ ജനങ്ങളെ കണ്ണീർ കയത്തിലേക്ക് തള്ളിവിടുവാനല്ല രാഷ്ട്രീയ നേതൃത്വം ശ്രമിക്കേണ്ടത്. തുഗ്ലക്ക് എന്ന ഭരണാധികാ രിയെ മാതൃകയാക്കുവാൻ ആരും ശ്രമിക്കരുത്.

വളർച്ചാ നിരക്ക് കുറയുന്നു.

രാജ്യത്തിന്റെ സാമ്പത്തിക വളർച്ചാ നിരക്ക് വർഷാരംഭത്തിന്റെ ആദ്യ പാദത്തിൽ 5.7% ആയി കുറഞ്ഞുവെന്ന് സാമ്പത്തിക വിദഗ്ദർ ചൂണ്ടികാണിക്കുന്നു. റിസർവ് ബാങ്കിന്റെ സർവേയിലും അത് വ്യക്തമാകുന്നു. മുൻ വരർഷങ്ങളിലെ 7.6% വളർച്ചാ നിരക്കിൽ നിന്നാണ് ഈ കൂപ്പ് കുത്തൽ എന്ന് മനസിലാക്കണം. ഭരണാധികാരികൾ യാഥാർത്ഥ്യ ബോധത്തോട് കൂടിയല്ലാതെ സാമ്പത്തിക പരിഷ്ക്കാരങ്ങൾ നടപ്പിലാക്കിയതാണ് ഈ പതനത്തിന് കാരണം. നല്ല വണ്ണം ആലോചിച്ച് തെറ്റുകൾ തിരുത്തി പാക്കേജുകൾ തയ്യാറാക്കി നടപ്പിലാക്കലാണ് ഇതിന് പ്രതിവിധിയായി കാണേണ്ടത്. അല്ലാത്ത പക്ഷം വളർച്ചാ നിരക്ക് വീണ്ടും കുറയുക തന്നെ ചെയ്യും.

നോട്ട് നിരോധനം നടപ്പിലാക്കിയത് മുതലുള്ള സാമ്പത്തിക നിയന്ത്രണങ്ങൾ രാജ്യത്തിന്റെ അധ്വാന തൊഴിൽ മേഖലയെ ആകെ തളർത്തി. രാജ്യത്തിന്റെ വളർച്ചക്ക് കൂടുതൽ സംഭാവനകൾ നൽകുന്ന കാർഷിക വ്യാപാര വ്യവസായ മേഖലയെ പരിപോഷിപ്പിക്കുവാൻ ഒന്നും തന്നെ ചെയ്തില്ല. പകരം കള്ളപ്പണത്തിന്റേയും കള്ളനോട്ടിന്റെയും പേര് പറഞ്ഞ് കൊണ്ട് വന്ന പടപടികൾ എല്ലാ മേഖലയിലും ശരിയായ രിതിയിൽ അദ്ധ്വാനിക്കുന്നവരെ പോലും ഭയവിഹ്വലരാക്കി മാറ്റി. ഉള്ള പണം കയ്യിൽ നിന്ന് പുറത്ത് വിടുന്നതിനോ പുതിയത്

ശേഖരിക്കുന്നതിനോ ആരും മെനക്കെട്ടില്ല. കാരഷിക മേഖല പൊതുവെ ദുർബലമായിരുന്നുവെങ്കിലും അതിന്റെ തകർച്ചയുടെ ആക്കം വർദ്ധിക്കുകയാണ് ഉണ്ടായത്. വ്യാപാര വ്യവസായ മേഖലയിലെ പണത്തിന്റെ റൊട്ടേഷൻ നിലച്ച പോയത് മൂലം ആ മേഖലയും പ്രതിസന്ധിയിലായി. കള്ളപ്പണവും കള്ളനോട്ടും നിയന്ത്രിക്കുവാൻ രാജ്യത്ത് ഇഷ്ടം പോലെ നിയന്ത്രണങ്ങൾ ഉണ്ടായിട്ട് കൂടി ശരിയായ രീതിയിൽ പ്രാവർത്തികമാക്കാതെ പെട്ടെന്നുള്ള സർജിക്കൽ ഒപ്പറേഷൻ ഗുണത്തിന് പകരം ദോഷമാണ് ചെയ്തത്. വളർച്ചാ നിരക്ക് കുറഞ്ഞതിന്റെ കാരണ ത്തിന്റെ ഒരു ഘടകം അത് തന്നെയാണ്.

അതിനുശേഷം പുതിയ സാമ്പത്തിക വർഷാരംഭത്തിൽ നില അല്പം ഭേദപ്പെട്ട് തുടങ്ങിയതാണ്. അപ്പോഴേക്കും ജി എസ് ടിയുടെ ആഗമനം പ്രഖ്യാപിച്ചതിനാൽ വ്യാപാര വ്യവസായ മേഖലയിൽ പ്രവരത്തിക്കുന്നവർ കൂടുതൽ ശ്രദ്ധാലുക്കളായി വാങ്ങലും വിൽക്കലും എന്ന കച്ചവട പ്രക്രിയ സ്തംഭിച്ചു. ഒന്നും നടക്കാത്ത ഒരവസ്ഥയായി. എന്താണ് ജി.എസ്.ടി നിയമ വ്യ വസ്ഥകൾ എന്ന് അത് നടപ്പിലാക്കുന്ന തീയ്യതി വരെ വ്യക്തത ഉണ്ടായിരുന്നില്ല. ജി.എസ്.ടി നടപ്പിലാക്കിയിട്ടും നിയമവ്യവസ്ഥ കളിൽ വ്യക്തത വരുത്തുവാൻ സർക്കാര മടി കാണിച്ചു. വ്യക്തത കൈവന്നപ്പോൾ ചെറുകിട റീട്ടെയിൽ വ്യാപാര മേഖലയും ചെറുകിട വ്യവസായ മേഖലയും അതുമായി പൊരുത്തപ്പെ ടാൻ സാധിക്കാതെ വന്നു. മുൻപ് എക്സൈസ് ഡ്യൂട്ടിയിൽ ഒന്നരക്കോടി രൂപ വരെ വാർഷിക ടേണോവർ ഉള്ളവരെ നികുതിയിൽ നിന്ന് ഒഴിവാക്കിയിരുന്നു. വൻകിട കുത്തക കമ്പ നികളോട് പോരാടി മാർക്കറ്റിംഗ് നടത്തുവാൻ ചെറുകിടക്കാരെ സഹായിച്ച സംവിധാനമായിരുന്നു അത്. ജി.എസ്.ടി യിൽ 20 ലക്ഷത്ത#ിന് മേൽ വാർഷിക ടേണോവർ ഉള്ളവർ നികുതിക്ക് വിധേയമാകേണ്ടി വന്നപ്പോൾ ചെറുകിടക്കാരക്ക് പിടിച്ച് നിൽ ക്കാനായില്ല. ഉല്പാദനം നിലച്ചപ്പോൾ അത്തരം സാധനങ്ങളുടെ റിട്ടെയിൽ വില്പനയും കുറഞ്ഞു. പുതിയ ചെറുകിട സംരംഭകരും ചെറുകിട വ്യാപാരികളും രംഗത്ത് വരാതെയായി. ഇതൊക്കെ തന്നെയാണ് സാമ്പത്തിക വളർച്ച കുറയുവാൻ കാരണം.

ജി.എസ്.ടിരജിസ്ട്രഷൻനടത്തിയവരിൽ5% സ്ഥാപനങ്ങളിൽ

നിന്നാണ് 95% നികുതിയും പിരിക്കുന്നത് എന്ന വസ്തുത ഞെട്ടിക്കുന്നതാണ്. കാരണം 95% സ്ഥാപനങ്ങളിൽ നിന്നും 5% നികുതി മാത്രമേ ലഭിക്കുന്നുള്ളൂ. അതിനു വേണ്ടി ഇത്രയധികം ബുദ്ധിമുട്ടുകൾ സർക്കാർ ജനങ്ങൾക്ക് നൽകേണ്ടിയിരുന്നുവോ എന്ന് ചിന്തിക്കേണ്ട സന്ദരഭമാണിത്. ജി.എസ്.ടി യുടെ ഒഴിവ് പരിധി ഒന്നരക്കോടി രൂപ വാർഷിക ടേണോവർ എന്ന നിലയിലാക്കണം.ആദ്യ പോയിന്റിൽ ലഭ്യമാകുന്ന പിന്നീട് ടാക്സ് ക്രഡിറ്റ് നൽകേണ്ട അവസ്ഥ് ഇല്ലെങ്കിൽ അത് പൂർണ്ണമായും സർക്കാരിന് തന്നെ ലഭിക്കുമെന്നിരിക്കെ ഇത്രയൊക്കെ ബുദ്ധിമുട്ടുകൾ നാട്ടുകാർക്ക് നൽകേണ്ട കാര്യമില്ല. നിയന്ത്രണങ്ങളും മറ്റും നീക്കി സ്വതന്ത്ര വ്യാപാര മേഖലയെ പ്രോത്സാഹപ്പിക്കുവാൻ സർക്കാരുകൾ തയ്യാറായാൽ വ്യാപാരവും വ്യവസായവും അഭിവൃദ്ധപ്പെട്ടുമെന്നിരിക്കെ രാജ്യത്തിന്റെ സാമ്പത്തിക വളർച്ചാ നിരക്ക് കൂട്ടുകയും റവന്യൂ വരുമാനം വർദ്ധിക്കുകയും ചെയ്യും.

പൊതുജനം കഴുതകളല്ല

ഇത് കേരളമാണ്. കേരളീയർ പ്രബുദ്ധരുമാണ്. ശരിയും തെറ്റും ജാഡകളും കളികളും എല്ലാം തിരിച്ചറിയുന്നവർ. എന്നിട്ടും അവരുടെ മുന്നിൽ വേണോ രാഷ്ട്രീയ നേതാക്കളുടെ ഈ ചവിട്ടുനാടകങ്ങൾ. മഹാമാരിയേയും രാജ്യത്തിന് നേരെ വാളോങ്ങുന്ന ശത്രുവിനേയും നേരിടുന്ന കാര്യത്തിൽപോലും രാഷ്ട്രീയം കലർത്തി ജനങ്ങളെ മനഃപൂർവ്വം വിഡ്ഢികളാക്കുവാനും തമ്മിൽ അകറ്റുവാനും ശ്രമിക്കുന്നവർ. ഇത്തരക്കാർക്ക് ഇതൊക്കെ ഒന്ന്അവസാനിപ്പിച്ചുകൂടെ. ഏവരുടെയും സമയവും കർമ്മവും പാഴാക്കുവാൻ ശ്രമിക്കുന്നത് എന്തിനുവേണ്ടിയാണ്.

എക്കാലവും ഭരണപക്ഷവും പ്രതിപക്ഷവും ഉണ്ടാകും. എന്നാൽ വ്യവസ്ഥിതികൾ പല കാലങ്ങളിലായി പലരും രൂപപ്പെടുത്തിയതാണ്. പ്രതിസന്ധികളെ നേരിടുവാൻ നമ്മുടെ സംവിധാനങ്ങൾ പ്രാപ്തവുമാണ്. അതിനെ ശരിയായ ദിശയിൽ അപ്പോഴപ്പോൾ നേതൃത്വം നൽകുന്നവർ നയിക്കണമെന്നു മാത്രം. കേരളത്തിൽ നിപ്പാ എന്ന മാരകരോഗത്തിന്റെ ആക്രമണമുണ്ടാകുമെന്ന് മനസ്സിലാക്കിയപ്പോൾ നമ്മുടെ വ്യവസ്ഥിതി ഉണർന്നു പ്രവർത്തിച്ചു. ശരിയായ രീതിയിൽ നേതൃത്വം നൽകുവാൻ മന്ത്രിമാരും സർക്കാർ സംവിധാനങ്ങളും സന്നദ്ധരായി. ഒറ്റക്കെട്ടായിനിന്ന് നാം അതിനെ ആട്ടിയോടിച്ചു. കോഴിക്കോട് ജില്ലയാണ് ബുദ്ധിമുട്ടുകൾ അനുഭവിക്കേണ്ടി വന്നത്. കേരളം

ജാഗ്രത പാലിച്ചുവെന്നത് പരമാർത്ഥം. എന്നാൽ "വൈറസ്" എന്ന സിനിമ വന്നപ്പോൾ ആണ് കേരളീയർ രോഗത്തിന്റെ ഭീകരതയെക്കുറിച്ചും രോഗപ്രതിരോധത്തിന് ആരോഗ്യമന്ത്രിയും, ജില്ലാകലക്ടറും ആരോഗ്യപ്രവർത്തകരും നടത്തിയ തീവ്രശ്രമങ്ങൾ മനസ്സിലാക്കിയത്. കേരളീയർ അത് ഉൾക്കൊണ്ടു പരാതികൾ ഉണ്ടായിട്ടില്ല. വ്യവസ്ഥിതിയെ വാനോളം വാഴ്ത്തി അതിൽ ആർക്കും അസൂയയും ഉണ്ടായില്ല.

കോവിഡ് 19 വന്നപ്പോൾ വ്യവസ്ഥിതി വീണ്ടും സജീവമായി. അതിനെ നേരിടുവാൻ തയ്യാറെടുത്ത പഴയ അനുഭവവും ഉണ്ടല്ലോ. അതിനിടയിലാണ് രാഷ്ട്രീയകളികൾക്ക് തുടക്കമാകുന്നത്. ആരോഗ്യമന്ത്രിക്ക് പകരം മുഖ്യമന്ത്രി ദിവസേന നടത്തുന്ന പത്രസമ്മേളനങ്ങൾ മീഡിയ മാനിയ ആണെന്നും അവസരം മുതലെടുത്ത് രാഷ്ട്രീയ മറുപടികൾ നടത്തുകയാണെന്നും പ്രതിപക്ഷം കുറ്റപ്പെടുത്തി. മുഖ്യമന്ത്രി വളർത്തിയെടുക്കുന്ന പ്രതിച്ഛായക്ക് മങ്ങലേല്പിക്കണമെന്ന് പ്രതിപക്ഷത്തുള്ളവർ കരുതിയത് ആർക്കെങ്കിലും തെറ്റായി കാണുവാൻ സാധിക്കുമോ. സ്ഥാനത്തും അസ്ഥാനത്തും വിമർശനങ്ങൾ ഏറെയുണ്ടായി. മുഖ്യമന്ത്രിയും ഇതുതന്നെ അവസരമെന്നു കരുതി അതിനെ നേരിടുവാൻ സമയം ഏറെ വിനിയോഗിച്ചു. പ്രത്യേക നിർദ്ദേശങ്ങൾ ജനങ്ങൾക്ക് നൽകേണ്ട അവസരത്തിലല്ലാതെ മുഖ്യമന്ത്രിയുടെ പത്രസമ്മേളനം ആവശ്യമായിരുന്നുവോ, വിവരങ്ങൾ ജനങ്ങൾക്ക് നൽകുവാൻ ഉദ്യോഗസ്ഥരും മാദ്ധ്യമങ്ങളും പോരായിരുന്നുവോ. ഈ അവസരത്തിൽ, അടിയന്തിരഘട്ടങ്ങളിലല്ലാതെ പ്രഖ്യാപനങ്ങൾക്കായി പ്രധാനമന്ത്രി മാദ്ധ്യമങ്ങൾക്ക് മുന്നിൽ വന്നില്ലല്ലോ. വിവരങ്ങൾ നൽകിയത് മറ്റു മന്ത്രിമാരും ഉദ്യോഗസ്ഥരും ആയിരുന്നില്ലേ.

അതിനിടയിൽ അതിർത്തിയിൽ ചൈനീസ് ആക്രമണം നടന്നപ്പോൾ, വ്യവസ്ഥിതി ഉണരുകയും രാജ്യം മുഴുവൻ സർക്കാരിന് പിന്നിൽ അണിനിരക്കുകയും ചെയ്തു. ആ സ്ഥിതിവിശേഷം ചൂഷണം ചെയ്ത് മുതലെടുപ്പിനായി ഭരണപക്ഷം ശ്രമിക്കുന്നുവെന്ന തോന്നൽ സൃഷ്ടിക്കപ്പെട്ടപ്പോൾ ആണ് പ്രതിപക്ഷം അനാവശ്യവിമർശനങ്ങളുമായി രംഗത്ത് വന്നത്. ഇത് രാജ്യത്തിന് അഭികാമ്യമായ നടപടിയല്ല. രാഷ്ട്രനന്മക്കും

ജനങ്ങൾക്കുംവേണ്ടി രാജ്യത്തിന്റെ സംവിധാനങ്ങളെ ഉണർത്തി പ്രവർത്തിപ്പിക്കുമ്പോൾ ആരെങ്കിലും മുതലെടുപ്പ നടത്തുവാൻ ശ്രമിക്കണമോ. രാഷ്ട്രത്തേക്കാൾ ഉപരി രാഷ്ട്രീയത്തെ കാണുന്നത് കൊണ്ടല്ലേ ഇങ്ങനെ സംഭവിക്കുന്നത്. ഓരോ വിഷയത്തിലും ഭരണപക്ഷവും പ്രതിപക്ഷവും നടത്തുന്ന രാഷ്ട്രീയ നാടകങ്ങൾ വിവരമുള്ള ജനങ്ങൾ മനസ്സിലാക്കുന്നുണ്ട്. രാഷ്ട്രീയത്തിലും മാന്യത പുലർത്തേണ്ട അവസരങ്ങളിലൂടെയല്ലേ നമ്മൾ കടന്നു പോയ്കൊണ്ടിരിക്കുന്നത്. എന്തിനേയും നേരിടുവാൻ ജനകീയ ഐക്യത്തിന് നേതൃത്വം നൽകുന്നതിനു വേണ്ടിയല്ലേ രാഷ്ട്രീയ പാർട്ടികൾ പ്രവർത്തിക്കേണ്ടത് എന്ന് രാഷ്ട്രീയ നേതൃത്വങ്ങൾ മനസിലാക്കി പ്രവർത്തിച്ചാൽ ജനങ്ങളുടെ മുന്നിൽ ഓരോരുത്തരും കോമാളികളായി മാറുകയില്ല എന്ന സത്യം അവർ മനസ്സിലാക്കണം. ഓരോരുത്തരുടേയും വാക്കുകൾ അവർക്ക് ത്നെ വിനയായി മാറുന്നുവെന്നത് നാം കണ്ട്കൊണ്ടിരിക്കുന്നു.

ഒരു ഉത്തമ ഉദാഹരണം പറയട്ടെ. ഇന്ത്യൻ ജനാധിപത്യത്തിന് കുച്ച് വിലങ്ങിട്ടുകൊണ്ട് അന്നത്തെ പ്രധാനമന്ത്രി ഇന്ദിരാഗാന്ധി അടിയന്തിരാവസ്ഥ പ്രഖ്യാപിച്ച് ഭരിച്ചതിനുശേഷം നടന്ന പൊതുതിരഞ്ഞെടുപ്പിൽ ഇന്ദിരാഗാന്ധിയും വൃന്ദവും തോറ്റമ്പിയില്ലേ ജനങ്ങൾ അവരെ ഒരു പാഠം പഠിപ്പിച്ചില്ലേ. എല്ലാ പ്രതിപക്ഷ രാഷ്ട്രീയ കക്ഷികളുടേയും അവിയൽ മുന്നണിയായിട്ട് കൂടി ജനങ്ങൾ ജനതാപാർട്ടിയെ അധികാരത്തിലേറ്റിയില്ലേ. എന്നാൽ അധികാരം ലഭിച്ചതിനുശേഷം ദിവസവും ഉൾപ്പോരു നടത്തിയ ജനതാപാർട്ടിക്ക് ഉടനെ തന്നെ അധികാരം ഒഴിയേണ്ടി വന്നില്ലേ. പിന്നീട് നടന്ന പൊതുതിരഞ്ഞെടുപ്പിൽ 'ഇന്ദിരയെ വിളിക്കൂ ഇന്ത്യയെ രക്ഷിക്കൂ' എന്ന മുദ്രാവാക്യത്തിന്റെ മാസ്മരികശക്തിയാൽ ഇന്ദിരാഗാന്ധിയെ തന്നെ വീണ്ടും അധികാരം ഏല്പിക്കുവാൻ ഭാരതത്തിലെ ജനങ്ങൾ തയ്യാറായില്ലേ. പൊതുജനങ്ങൾ കഴുതകളല്ല എന്ന് തെളിയിച്ച സന്ദർഭമായിരുന്നില്ലേ അത്. ഇത്രയും വലിയ ഉദാഹരണം മുന്നിൽ ഉണ്ടായിട്ടാണോ രാഷ്ട്രീയ പാർട്ടികൾ ആ ജനങ്ങളുടെ മുന്നിൽ വിഡ്ഢിവേഷം കെട്ടി അരങ്ങ് തകർക്കുന്നത്. ഇത്തരം അനാവശ്യരീതികൾ ഉപേക്ഷിക്കുന്നതാണ് ഏവർക്കും ഉചിതം.

തിന്മകളാൽ സംരക്ഷിക്കപ്പെടുന്ന കേരളസാമ്പത്തികം

കേരളപ്പിറവിക്ക് ശേഷം വിവിധരാഷ്ട്രീയ കക്ഷികളും മുന്നണികളും കേരളം ഭരിക്കുവാൻ ഇടയായിട്ടുണ്ട്. പ്രഗൽഭരായ മുഖ്യമന്ത്രിമാരും ധനകാര്യമന്ത്രിമാരും കേരളത്തിൽ അധികാരത്തിലേറിയിട്ടുണ്ട്. എന്നാൽ കേരളത്തിന്റെ സമ്പദ്വ്യവസ്ഥക്ക് ശരിയായ ദിശാബോധവും സ്ഥിരതയും നേടിയെടുക്കുവാൻ സാധിച്ചില്ല എന്നത് ദൗർഭാഗ്യകരമായ ഒരു വസ്തുതയായി അവശേഷിക്കുന്നു.

കേരളപ്പിറവിക്ക് മുമ്പുണ്ടായിരുന്ന നെൽകൃഷി ഉല്പാദനത്തിന്റെ 25% പോലും ഇന്നില്ല. വൻവ്യവസായ ശാലകളും പരമ്പരാഗത വ്യവസായങ്ങളും ഇന്ന് 30% മാത്രമാണ് നിലനിൽക്കുന്നത്. അല്പമെങ്കിലും പിടിച്ചുനിന്നിരുന്നത് വ്യാപാരമേഖലയാണ്. ഉപഭോകൃത സംസ്ഥാനം എന്ന പേരിനെ അന്വർത്ഥമാക്കിക്കൊണ്ട് എല്ലാ ഉപഭോകൃത ഉല്പന്നങ്ങളുടേയും പരീക്ഷണശാലയായി കേരളം മാറി എന്നത് പരമാർത്ഥമാണ്. അത് നികുതി ഇനത്തിൽ സർക്കാരിനും തൊഴിലില്ലായ്മയ്ക്ക് പരിഹാരം കാണുന്നതിന് അല്പമെങ്കിലും സഹായകരമായിട്ടുണ്ട്. ഉല്പന്നങ്ങൾ വാങ്ങുവാൻ കേരളീയർക്ക് സാധിച്ചത്

ഗൾഫ് രാജ്യങ്ങളിൽനിന്നും മറുനാട്ടിൽ നിന്ന് എത്തിയിരുന്ന “മണിയോർഡർ” സമ്പത്തിനെ ആശ്രയിച്ചായിരുന്നു. അവയിൽ പലരും ഇപ്പോൾ പ്രതിസന്ധിയിലായിരിക്കുകയാണ്. വൻകുത്ത കമ്പനികളുടെയും ഓൺലൈൻ വ്യാപാരത്തിന്റെയും ഫലമായി ചെറുകിട വ്യാപാരികളും നാശോന്മുഖരായികൊണ്ടിരിക്കുന്നു. സാമ്പത്തികശാസ്ത്രമനുസരിച്ച് പണം ചുരുങ്ങിയത് 5 പ്രാവശ്യ മെഹ്കിലും ഒരു പ്രദേശത്ത് തന്നെ റൊട്ടേറ്റ് ചെയ്യുന്നതിനുള്ള സാദ്ധ്യതകൾ ഉണ്ടെങ്കിൽ മാത്രമേ ആ പ്രദേശത്തിന് സാമ്പ ത്തിക അഭിവൃദ്ധി കൈവരിക്കുവാൻ സാധിക്കുകയുള്ളൂ. കേരള ത്തിൽ 2 പ്രാവശ്യത്തിൽ കൂടുതൽ പണം റൊട്ടേറ്റ് ചെയ്യുന്നതിന് സാധിക്കുന്നില്ല എന്നതാണ് പരമാർത്ഥം. പിന്നെയെങ്ങിനെ യാണ് സാമ്പത്തിക അഭിവൃദ്ധി കൈവരിക്കുവാൻ സംസ്ഥാന ത്തിനും ജനങ്ങൾക്കും സാധിക്കുക.

അടിസ്ഥാനപരമായി സമ്പദ്ഘടനയുടെ വളർച്ചക്കാവ ശ്യമായ കൃഷി, വ്യവസായം, വ്യാപാരം എന്നിവയുടെ ഗ്രാഫ് ഉയർത്തുന്നതിനു പകരം താഴ്ത്തുന്നതിനാണ് അവയെല്ലാം ചലിച്ചത്. സംസ്ഥാന സർക്കാർ നിലനിൽക്കുന്നതിനുവേണ്ടി നികുതിയിലെ വർദ്ധനവാണ് ലക്ഷ്യമിട്ടത്. അതും മറ്റു മേഖലകൾ തളരുമ്പോൾ നികുതി വരുമാനം വളരുമെന്ന് പ്രതീക്ഷിക്കുവാനാ കില്ല. നികുതിയിതര വരുമാനം വർദ്ധിപ്പിക്കുന്നത് ക്രിയാത്മകവും ധാർമ്മികവുമായ പദ്ധതികളൊന്നും തന്നെ ആവിഷ്ക്കരിച്ചില്ല. സംസ്ഥാനം ഇപ്പോൾ പിടിച്ചു നിൽക്കുന്നത് മനുഷ്യതിന്മകളെ ചൂഷണം ചെയ്യുന്നതിനുള്ള അവസരമൊരുക്കിയാണ് എന്ന് കാണുമ്പോൾ നമ്മൾക്ക് ലജ്ജിക്കാതെ തരമില്ല. ഭാരതത്തിലെ മറ്റേതൊരു സംസ്ഥാനത്തേക്കാളും ഉയർന്ന ഡെബിറ്റ്റേഷ്യോ 30 ശതമാനത്തിന് മേൽ ഉള്ള സംസ്ഥാനമാണ് കേരളം. എങ്കിലും സംസ്ഥാനം പിടിച്ചു നിൽക്കുന്നത് മനുഷ്യതിന്മകളുടെ ഫലമായുണ്ടാകുന്ന സമ്പത്തിന്മേൽ മാത്രമാണ്.

മദ്യം വിൽക്കുന്നതിനുള്ള കുത്തക സംസ്ഥാന സർക്കാരി ന്റെ ബീവറേജസ് കോർപ്പറേഷനാണ്. നല്ലൊരു വരുമാനവും അതിൽ നിന്നുണ്ട്. ഗാമ്പ്ലിംങ്ങ് ടൈപ്പ് പ്രവൃത്തിയുടെ മറ്റൊരു പതിപ്പായ ലോട്ടറിയുടെ വില്പനയാണ് മറ്റൊരു ധനാഗമ മാർഗം. സർക്കാർ വകുപ്പ് നേരിട്ടാണ് ലോട്ടറി വില്പന നടത്തുന്നത്.

ലോട്ടറി ഭാഗ്യാന്വേഷകരായി ജനങ്ങളെ സർക്കാർ മാറ്റി. വൻതോതിലാണ് ദിവസവും സർക്കാർ ലോട്ടറികൾ വിറ്റഴിക്കപ്പെടുന്നത്. അതിൽനിന്ന് സർക്കാരിനുള്ള വരുമാനവും വൻതോതിൽ തന്നെയാണ് ലഭിക്കുന്നത്. ജനങ്ങളുടെ നേരിയ സമ്പാദ്യശീലത്തെയും ഭാഗ്യാന്വേഷണത്തെയും കൂട്ടി കുഴച്ച് നടത്തുന്ന ചിട്ടികളുടെ കുത്തകാവകാശവും സംസ്ഥാന സർക്കാരിന് തന്നെയാണ്. സർക്കാരിന്റെ മറ്റു പൊതുമേഖലാ സ്ഥാപനങ്ങളൊക്കെ നഷ്ടത്തിൽ ഓടുമ്പോൾ ചിട്ടിസ്ഥാപനമായ കേരള ഫിനാൻഷ്യൽ എന്റർപ്രൈസസ് മാത്രമാണ് എല്ലാ വർഷവും വൻലാഭമുണ്ടാക്കി സർക്കാരിന് ലാഭവിഹിതം നൽകിക്കൊണ്ടിരിക്കുന്നത്. 2017-2018 ലോട്ടറിയിൽനിന്നുള്ള ആദായം 9034.16 കോടി രൂപയും മദ്യവില്പനയിൽനിന്നുള്ള നികുതി വരുമാനം മാത്രം 12937.09 കോടി രൂപയുമാണ് ഉപഭോകൃത നികുതി ഭാരങ്ങൾ താങ്ങുവാൻ കഴിയാത്ത സാധാരണക്കാരായ പാവപ്പെട്ട ജനങ്ങൾ തന്നെയാണ് സർക്കാർ പ്രോത്സാഹനം നൽകുന്ന ഈ തിന്മകളുടേയും ഇരകൾ.

കേരളത്തിന്റെ സാമ്പത്തികം ഈ മനുഷ്യതിന്മകളുടെ മേൽ മാത്രം പടുത്തുയർത്തിയാൽ മതിയോ? ഭരണാധികാരികൾ ചിന്തിക്കേണ്ട രൂക്ഷമായ ഒരു പ്രശ്നമാണ് ഇത്. ഓരോ ഭരണാധികാരികൾക്കും അവരുടെ കാലം എങ്ങിനെയെങ്കിലും കഴിഞ്ഞ് പോയാൽ മതിയെന്ന് മാത്രമാണ് ചിന്തിക്കുന്നത്. ഭാവി തലമുറയെക്കുറിച്ചോ ആരും ഗൗനിക്കുന്നില്ല. തൊഴിലില്ലായ്മയുടെ നാടായിരുന്ന കേരളം ഇന്ന് മറ്റു സംസ്ഥാനങ്ങളിൽ നിന്നെത്തുന്ന തൊഴിലാളികളെയാണ് പല തൊഴിലുകൾക്കും ആശ്രയിക്കുന്നത്. അവർ തൊഴിലെടുത്ത് നേടുന്ന അവരുടെ സമ്പാദ്യം മറ്റു നാടുകളിലേക്കാണ് പോയ്ക്കൊണ്ടിരിക്കുന്നത്. നമ്മുടെ നാട്ടിലെ തൊഴിലവസരങ്ങൾ നമ്മുടെ യുവാക്കൾക്ക് ചൂഷണം ചെയ്തെടുക്കുവാൻ സാധിക്കേണ്ടേ? നമ്മുടെ സംസ്ഥാനത്തിനാവശ്യമായ ഭക്ഷ്യോൽപ്പന്നങ്ങളെങ്കിലും പ്രത്യേകിച്ച് അരിയാഹാരത്തിന് മുൻഗണന നൽകുന്ന കേരളീയർക്ക്, അതിനെങ്കിലും നമ്മുടെ നാട്ടിൽ സ്വയംപര്യാപ്തതയിലെത്താൻ സാധിക്കേണ്ടേ. നാട്ടുകാർക്ക് ആവശ്യമായ ഉപഭോകൃത ഉല്പന്നങ്ങൾ നമ്മുടെ നാട്ടിൽ തന്നെ ഉല്പാദിപ്പിച്ചെടുക്കേണ്ടേ. ചെറുകിട

വ്യവസായ സംരംഭങ്ങളെ അതിന് പ്രോത്സാഹിപ്പിക്കേണ്ടേ. മറ്റു രാജ്യങ്ങളെ സ്വയംപര്യാപ്തതയിലെത്തിക്കുവാൻ വളരെയധികം സംഭാവനകൾ നൽകുന്ന കേരളത്തിലെ അധ്വാനശീലരും അഭ്യസ്തവിദ്യരുമായ യുവാക്കൾക്ക് ഇവിടെ തൊഴിലെടുത്ത് ജീവിക്കുവാനും സംസ്ഥാനത്തെ എല്ലാ മേഖലകളിലും സ്വയം പര്യാപ്തത കൈവരിച്ച് നമ്മുടെ സാമ്പത്തിക അടിത്തറ ഉറപ്പിക്കുവാൻ നേതൃത്വം നൽകുന്നതിന് ഭരണകൂടങ്ങൾ തയ്യാറാകണം. ക്രിയാത്മകമായ അദ്ധ്വാനത്തിലൂടെ തങ്ങൾക്കും നാടിനും അഭിമാനകരമായ നേട്ടമുണ്ടാക്കുവാൻ നാട്ടിലെ യുവജനതക്ക് പ്രോത്സാഹനവും സംരക്ഷണവും നൽകുകയാണ് ആര് ഭരിച്ചാലും ചെയ്യേണ്ടത്. അല്ലാതെ താല്ക്കാലികമായി മനുഷ്യതിന്മകളെ ലക്ഷ്യമാക്കി മാത്രം കെട്ടി പടുക്കുന്ന ഒരു സമ്പദ്ഘടനക്ക് നില നില്പ് ഉണ്ടാകുകില്ല എന്ന സത്യം വൈകിയെങ്കിലും നമ്മൾ മനസ്സിലാക്കി പ്രവർത്തിച്ചേ മതിയാകൂ.

പൂർവ്വസ്ഥിതി കൈവരിക്കുവാൻ തയ്യാറെടുക്കണം

ഭാരതത്തിൽ ലോക്ഡൗൺ മാർച്ച് 24ന് പ്രഖ്യാപിക്കുമ്പോൾ, കോവിഡ് 19 നുമായി ബന്ധപ്പെട്ട് സ്ഥിരീകരിച്ച കേസുകൾ 570ഉം മരണസംഖ്യ 10ഉം ആയിരുന്നു. മേയ് 17ന് നാഷണൽ ഡിസാസ്റ്റർ മാനേജ്മെന്റ് അതോറിറ്റി ലോക്ക് ഡൗൺ മേയ് 31 വരെ നീട്ടിയപ്പോൾ, രാജ്യത്ത് സ്ഥിരീകരിച്ച കേസുകൾ 91000ത്തിലേക്കും മരണസംഖ്യ 3000ത്തിലേക്കും എത്തി. ഇത്തരത്തിൽ മേയ് 31 ആകുമ്പോഴേക്കും കണക്കുകളുടെ സ്ഥിതി എന്തായിരിക്കുമെന്നു ആർക്കും പ്രവചിക്കുവാനോ, ഊഹിക്കുവാനോ സാധിക്കാത്ത അവസ്ഥയാണ്. ഇടക്ക് വ്യാപനനിരക്ക് അല്പം കുറഞ്ഞിട്ടുണ്ടെന്ന് സമാശ്വസിക്കാമെങ്കിലും, നമ്മുടെ പ്രവാസി സഹോദരങ്ങളുടെ മടങ്ങി വരവ് അത്യാന്താപേക്ഷിതമെങ്കിലും ആശങ്കകൾ വളർത്തുന്നുണ്ട്. അതുപോലെ ഇതരസംസ്ഥാനങ്ങളിൽനിന്നുള്ള പ്രിയപ്പെട്ടവരുടെ മടങ്ങി എത്തലുകൾ എവിടേയും ആശങ്കകൾ സൃഷ്ടിക്കുകയാണ്.

രാജ്യം മുഴുവൻ നിശ്ചലാവസ്ഥയിലായപ്പോൾ, ഫാക്ടറികളും, എയർപോർട്ടുകളും, റെയിൽ റോഡ് ഗതാഗതവും, സ്ഥാപനങ്ങളും ഓഫീസുകളും അടച്ചിടേണ്ടി വന്നിട്ട് കൂടി വൈറസിന്റെ വ്യാപനം ഒരു ലക്ഷ്തിൽപരം ജനങ്ങളിലേക്ക് കടന്നു. ഈ

കണക്കുകൾ സൂചിപ്പിക്കുന്നത്, ലോക്ഡൗൺ ആയിട്ട്പോലും വ്യാപനം തടയുന്നതിൽ നമ്മൾ പരാജയപ്പെട്ടുവെന്നോ, അതോ ലോക്ഡൗൺ പ്രഖ്യാപിക്കുന്ന സമയത്ത് നിരത്തിയ കണക്കുകൾ തെറ്റായിരുന്നുവെന്നോ പരിശോധിക്കേണ്ടതാണ്. ലോക്ഡൗൺ വൈറസ് വ്യാപനത്തിന് പ്രതിവിധിയായിരുന്നില്ല എന്നു വേണം കരുതുവാൻ. സത്യത്തിൽ അത് സർക്കാരുകൾക്ക് കൂടുതൽ സമയം തയ്യാറെടുപ്പുകൾക്കും പ്രതിരോധപ്രവർത്തനങ്ങൾക്കും, ജനങ്ങളെ ബോധവത്കരിക്കുന്നതിനും വളരെ സഹായിച്ചുവെന്നത് പരമാർത്ഥം തന്നെയാണ്. ഈ കാലഘട്ടത്തിൽ സമൂഹത്തിനെയാകെ, വൈറസിനെ നേരിടുവാൻ തയ്യാറെടുപ്പിക്കുന്നതിനും, വാക്സിൻ കണ്ടുപിടിക്കുന്നതുവരെ വൈറസിനോടൊപ്പം ജീവിക്കുവാൻ പ്രാപ്തമാക്കുന്നതിനും സഹായകരമായി എന്നത് ഒരു യാഥാർത്ഥ്യം മാത്രമാണ്.

ശുഭാപ്തിവിശ്വാസികളും, രാജ്യസ്നേഹികളുമായ നമ്മൾക്ക് ലോക്ഡൗൺ കാലഘട്ടം ഫലപ്രദമായി ഉപയോഗിച്ചു എന്നു തന്നെ വിശ്വസിക്കാം. കുതിച്ചുയർന്നുകൊണ്ടിരിക്കുന്ന വ്യാപനതോത് പിടിച്ചുകെട്ടുവാൻ നമ്മൾക്കു സാധിച്ചു. തുടക്കത്തിൽ ഹോസ്പിറ്റൽ ബെഡുകൾ, ഐസൊലേഷൻ വാർഡുകൾ, വെന്റിലേറ്ററുകൾ എന്നിവയുടെ കുറവുകൾ ഉണ്ടായിരുന്നെങ്കിലും, ഇപ്പോഴത്തെ വ്യാപന നിരക്ക് കണക്കാക്കിയാൽ, നമ്മൾ കൈവരിച്ച അസുലഭ നേട്ടങ്ങൾ, ജൂലൈ 31 വരെയുള്ള സമയത്തിനുള്ളിൽ ഏത് തരത്തിലുള്ള പ്രതിസന്ധിയേയും നേരിടുവാൻ നമ്മൾ പൂർണ്ണമായി സജ്ജമായി കഴിയുംഎന്ന രീതിയിലാണ്.

ലോക്ഡൗൺ അനിശ്ചിതമായി തുടരുന്നത് രാജ്യത്ത് രോഗവിമുക്തിയേക്കാൾ കൂടുതൽ മറ്റു പ്രശ്നങ്ങൾ സൃഷ്ടിക്കുന്നതിനേ സഹായിക്കുകയുള്ളൂ. തൊഴിലില്ലായ്മയും പട്ടിണിയും സാധാരണക്കാരായ ജനങ്ങളുടെ ജീവിതം ദുരിതപൂർണ്ണമാക്കും. സാമ്പത്തിക ബുദ്ധിമുട്ടുകൾ ജനങ്ങളേയും സർക്കാരുകളേയും ബാധിക്കും. ദുരിതകയത്തിലേക്ക് ഏവർക്കും കൂപ്പ് കുത്തേണ്ടതായി വരും.

അനുഭവങ്ങൾ തെളിയിക്കുന്നത് ലോക്ക്ഡൗൺ കൊണ്ട് വൈറസ് വ്യാപനത്തെ പൂർണ്ണമായി തടയുവാൻ സാധിക്കുകയില്ല എന്ന് തന്നെയാണ്. ഈ സന്ദർഭം നമ്മുടെ ദൈനംദിന പ്രക്രിയകളിൽ മാറ്റം വരുത്തുന്നതിന് അത് സഹായകരമായിട്ടുണ്ട്.

പക്ഷെ ഒരു കാര്യം എത്രനാൾ എല്ലാം അടച്ചിട്ട് എല്ലാ പ്രവൃത്തികളും നിർത്തിവെച്ച് വീട്ടിലിരിക്കുവാൻ നമ്മൾക്ക് സാധിക്കും. ഭക്ഷ്യവസ്തുക്കൾ, എണ്ണ, നിത്യോപയോഗ സാധനങ്ങൾ, ഉല്പാദനപ്രക്രിയകൾ എന്നിവയുടെ കുറവ്, പട്ടിണി എന്നിവ രോഗം വന്നുള്ള മരണത്തേക്കാൾ കൂടുതൽ മരണങ്ങൾക്ക് അവസരങ്ങൾ സൃഷ്ടിക്കുകയല്ലേ ചെയ്യുക. വൈറസിനോടൊപ്പം ജീവിക്കുവാൻ നമ്മൾ പഠിക്കുകയാണ് വേണ്ടത്. സർക്കാരുകൾ നിർദ്ദേശിക്കുന്നതുപോലെ 'ഭയം വേണ്ട ജാഗ്രത മാത്രം മതി' എന്ന തത്വത്തിൽ നമ്മൾക്ക് മുന്നോട്ടു നീങ്ങുവാൻ സാധിക്കുമല്ലോ സർക്കാരുകളുടെ നിർദ്ദേശങ്ങൾ പരിപൂർണ്ണ ഐക്യത്തോട്കൂടി തന്നെ നമ്മൾ അനുസരിച്ചിട്ടുണ്ട്.

കൊറോണ വൈറസ് അല്ല മനുഷ്യരാശിയെ ബാധിച്ച ആദ്യത്തെ വൈറസ് വ്യാപനം. പൂർവ്വികരുടെ കാലം മുതലേ പ്ലേഗ്, വസൂരി, സ്പാനിഷ് ഫ്ലൂ എന്നിവയെ അതിജീവിച്ച ചരിത്രമാണ് മനുഷ്യർക്കുള്ളത്. അവ കെട്ടുകഥകളോ മിത്തുകളോ അല്ല. യാഥാർത്ഥ്യങ്ങൾ മാത്രമാണ്. വസൂരി വന്നപ്പോൾ അത് ബാധിച്ച ആളെ മാത്രമാണ് ലോക്ക്ഡൗൺ നടത്തിയത്. അല്ലാതെ സമൂഹത്തെയൊന്നാകെയല്ല. ടെസ്റ്റുകൾ നടത്തുക. പ്രതിരോധ നടപടികൾ കൈക്കൊള്ളുക, ഐസൊലേഷനും ക്വാറന്റയിനും ശക്തമായി തന്നെ തുടരുക. എന്നാൽ എല്ലാം അനിശ്ചിതമായി അടച്ച് പൂട്ടുന്നത് ശരിയായ പരിഹാരമാർഗ്ഗമായി കാണുവാൻ സാധിക്കുകയില്ല.

മരണനിരക്കുകൾ പരിശോധിക്കുമ്പോൾ മറ്റേതൊരു ദുരന്തത്തേക്കാളും കുറഞ്ഞ നിരക്കാണ് കൊറോണ സൂചിപ്പിക്കുന്നത്. യാഥാർത്ഥ്യങ്ങളിലേക്ക് നീങ്ങുമ്പോൾ വേൾഡ് ഹെൽത്ത് ഓർഗനൈസേഷൻ റിപ്പോർട്ടുകൾ സൂചിപ്പിക്കുന്നത് 2019 അവസാനിക്കുമ്പോൾ 180 കോടി ടി.ബി കാരിയേഴ്സ് ലോകത്തിൽ ഉണ്ടാകുമെന്നും ആ കൊല്ലത്തിൽ അത്കൊണ്ടുള്ള മരണനിരക്ക് 15 ലക്ഷം എന്ന വാർഷികശരാശരി നിരക്കിനോടടുത്ത് തന്നെയായിരിക്കും എന്നാണ്. തുലനം ചെയ്തുനോക്കുമ്പോൾ കൊറോണ വൈറസ് 3.25 ലക്ഷം ജീവനുകളാണ് ഇതുവരെ അപഹരിച്ചത്. കൊറോണ വൈറസിനെ ഇത്രയും ഭീകരമായി ചിത്രീകരിക്കുവാൻ കാരണം കൂടുതൽ

മരണനിരക്കുകൾ പാശ്ചാത്യനാട്ടുകളിൽനിന്ന് ആയതുകൊണ്ടാണ്. ടി.ബി, ഡെങ്കിപനി എന്നിവ വികസ്വര രാജ്യങ്ങളുടെ തലവേദന മാത്രമായാണ് അവശേഷിച്ചത്. അത് ലോകത്തെ ലോക്ക്ഡൗൺ രീതിയിലേക്ക് കൊണ്ടുപോകുവാൻ സാധിക്കുന്ന രീതിയിലുമല്ലായിരുന്നു.

ഇപ്പോൾ നടക്കുന്നത് എന്താണ്? ഹോസ്പിറ്റലുകൾ തിങ്ങിനിറയുകയാണ്. എന്നാൽ കോവിഡ് ബാധിച്ചവരെല്ലാം ഹോസ്പിറ്റലിൽ എത്തുന്നുമില്ല. ഭൂരിഭാഗവും സുഖപ്പെടുന്നത് ചികിത്സകൾ ഒന്നും ഇല്ലാതെയാണ്. ഹോസ്പിറ്റലുകൾ നിറച്ചതുകൊണ്ടോ അപ്പാർട്ടുമെന്റുകൾ കരുതിവച്ചതുകൊണ്ടോ, ഭീതി സൃഷ്ടിച്ചതുകൊണ്ടോ, രാജ്യത്ത് ലോക്ക്ഡൗൺ ഏർപ്പെടുത്തിയതുകൊണ്ടോ നമ്മൾ സൃഷ്ടിക്കുന്നത് ഭാവിയിൽ ആർക്കും കൈകാര്യം ചെയ്യുവാൻ സാധിക്കാത്ത സ്ഥിതിവിശേഷമല്ലേ. എത്ര നാൾ റോഡുകളും ഗതാഗതങ്ങളും സ്ഥാപനങ്ങളും 135കോടി ജനസംഖ്യയുള്ള ഒരു രാജ്യത്ത് അടച്ചിടൽ നടത്തി മുന്നോട്ട് പോകുവാൻ സാധിക്കും. എത്ര കാലം ഹോസ്പിറ്റലുകൾക്ക്, മറ്റു രോഗങ്ങളുള്ള രോഗികളെ പരിശോധിച്ച് ചികിത്സകൾ നൽകാതിരിക്കുവാൻ സാധിക്കും. എത്ര നാൾ രാജ്യം ചലനാത്മകമല്ലാതിരിക്കുവാൻ കഴിയും.

അതുകൊണ്ട് തന്നെ ഇപ്പോൾ സമയമായിരിക്കുന്നു. രാജ്യം സാധാരണ രീതിയിലേക്ക് മടങ്ങിപോകുന്നതിന് തയ്യാറെടുക്കുവാൻ.

കൈത്തിരിനാളമായി ഇന്ത്യൻ കർഷകർ

ഇന്ത്യൻ കർഷകരുടെ ധാർമ്മികസമരം ഒരു മഹാത്ഭുതമായി മാറിക്കൊണ്ടിരിക്കുകയാണ്. അനേകദിവസങ്ങളായി കൊടും ശൈത്യത്തെ അതിജീവിച്ച് രാജ്യതലസ്ഥാനത്തിന്റെ ചുറ്റും, അയൽസംസ്ഥാനങ്ങളിൽനിന്ന് അനേകം മൈലുകൾ താണ്ടിയെത്തിയ അവർ സമരം ചെയ്ത് തുടങ്ങിയിട്ട്. വിവിധ തരത്തിലുള്ള സമരരീതികൾ ഒറ്റക്കെട്ടായിതന്നെ അവർ നടത്തി. ഐക്യബോധത്തോട് കൂടിയ ആ സമരം പൂർവാധികം ശക്തിയോടെ തുടരുകയാണ്. റിപ്പബ്ലിക് ദിനത്തിൽ ഡൽഹിയിലെ തെരുവീഥികളെ ഇളകിമറിച്ചുകൊണ്ട് അനേകായിരങ്ങൾ പങ്കെടുക്കുന്ന ട്രാക്ടർ റാലിയും ജനകീയ പരേഡും ലോക റിക്കാർഡിൽ ഇടം പിടിക്കുമെന്ന് സംഘാടകർ പറയുന്നു. തലസ്ഥാനത്തേക്കുള്ള എല്ലാ റോഡുകളും ഉപരോധിച്ചുകൊണ്ടുള്ള സമരം, വിവിധ തരത്തിലുള്ള പ്രകടനങ്ങൾ, ട്രാക്ടർ റാലികൾ എന്നിവ ആവിഷ്കരിക്കുമ്പോൾ അവരുടെ മുന്നിൽ വിലങ്ങുതടികൾ സൃഷ്ടിക്കുവാൻ കേന്ദ്രസർക്കാരിന്റെ മാരകശക്തിക്ക് കഴിഞ്ഞില്ല എന്നതാണ് വിസ്മയം. അനേകവട്ട ചർച്ചകൾ വിവിധ തലങ്ങളിൽ നടന്നു. ഒന്നും ഫലം കണ്ടില്ല. ഇന്ത്യൻ പാർലിമെന്റ് ഈയിടെ പാസാക്കിയ കർഷക ബില്ലിനെതിരായാണ് കർഷകർ സംഘടിച്ചതും സമരങ്ങൾ

നടത്തുന്നതും. കർഷക ദ്രോഹബിൽ പിൻവലിക്കാതെ സമരം അവസാനിപ്പിക്കുകയില്ല എന്ന ദൃഢപ്രതിജ്ഞ എടുത്തിരിക്കുകയാണ്, രാഷ്ട്രീയ ബന്ധങ്ങൾ ഒന്നുംതന്നെ കൈമുതലായി ഇല്ലാത്ത സമരനേതാക്കൾ. കർഷകർ ഇത്തരത്തിൽ സംഘടിക്കുമെന്ന് ആരും കരുതിയില്ല. ആ ഐക്യംതന്നെയാണ് സർവരേയും അത്ഭുതപ്പെടുത്തുന്നത്. ഇന്ത്യൻ മാദ്ധ്യമങ്ങൾ മറച്ചുവെക്കുവാൻ ശ്രമിക്കുന്നുണ്ടെങ്കിലും ലോകമാദ്ധ്യമ ശ്രദ്ധ പിടിച്ചുപറ്റിയ സമരമാണ് ഇന്ത്യൻ കർഷക സമരം.

വിവിധ രാഷ്ട്രീയകക്ഷികളുടെ പിൻബലത്തോടെ രാജ്യത്ത് തൊഴിലാളികൾ സംഘടിച്ചതുപോലെയല്ല കർഷകർ സംഘടിച്ചിരിക്കുന്നത്. കായികബലം കൊണ്ടാണ് തൊഴിലാളികൾ സംഘടന ഉണ്ടാക്കിയത്. കായികബലം കൊണ്ട് ഫാക്ടറി ഉടമകളേയും സർക്കാരിനേയും അവർ മുട്ടുകുത്തിച്ചു. 1941 ൽ അമേരിക്കയിലെ ഖനിദുരന്തം മൂലം ഉണ്ടായ അദ്ധ്വാനിക്കുന്ന മണ്ണിന്റെ മണമുള്ള മനുഷ്യരുടെ സമരവും, ലണ്ടനിൽ വ്യവസായിക വിപ്ലവത്തെ തുടർന്ന് അദ്ധ്വാനിക്കുന്ന തൊഴിലാളിവർഗത്തിന്റെ സമരവും, ബോംബെയിൽനിന്നുൽഭവിച്ച അദ്ധ്വാനിക്കുന്ന തൊഴിലാളിവർഗ സംഘടനകളുടെ സമരചരിത്രവും നമ്മെ പഠിപ്പിക്കുന്നത് അതാണ്. എന്നാൽ ഇന്ന് അദ്ധ്വാനത്തിന്റെയും മണ്ണിന്റെയും മക്കളായ കർഷകർ നടത്തുന്ന സമരങ്ങൾ ആത്മത്യാഗത്തിൽനിന്നാണ് കെട്ടിപ്പടുക്കുന്നത്. ആ ഐക്യത്തിന്റെ ശക്തിയും അത് തന്നെയാണ്. പേരുകേട്ട ഒരു നേതാവോ, പ്രവർത്തനപാരമ്പര്യമുള്ള ഒരു രാഷ്ട്രീയ സംഘടനയോ കൂടെയില്ലാത്ത സ്വതന്ത്രരായ ചില നേതാക്കൾ അവരുടെ ഇച്ഛാശക്തിയാൽ രൂപപ്പെടുത്തിയെടുത്തതാണ് ഈ കർഷകസംഘടനകളുടെ ഐക്യത്തിന്റെ സംഘടിതശക്തി. അദ്ധ്വാനത്തിന്റേയും മണ്ണിന്റെ മണത്തിന്റേയും മക്കളുടെ ശക്തി.

ഈ ഐക്യശക്തി തലസ്ഥാനത്തേക്കുള്ള വഴികളെ കൊട്ടിയടച്ചിരിക്കുകയാണ്. അത് എല്ലാ വിധത്തിലും ഏറ്റുമുട്ടുവാൻ ശക്തിയുള്ള ഒരു ഗവൺമെന്റിന്റെ കടുംപിടുത്തത്തെ അവഗണിച്ചുകൊണ്ട്. സർക്കാരാകട്ടെ മനഃപൂർവ്വം പ്രധാനമന്ത്രിയുടേയും സഹപ്രവർത്തകരുടേയും ധാർഷ്ട്യത്തിന് വഴങ്ങി ഒത്തുതീർപ്പിന്റെ പാതകൾ സ്വീകരിക്കുന്നുമില്ല. ബിൽ നടപ്പിലാക്കുമെന്ന

വാശിയിൽ തന്നെയാണ് സർക്കാർ. കാരണം മനഃപൂർവ്വം അറിഞ്ഞുകൊണ്ട് തന്നെയാണ് സർക്കാർ ഈ സാഹസത്തിന് തുനിഞ്ഞിരിക്കുന്നത്. എല്ലാം മനസ്സിലാക്കി നടപ്പിലാക്കുന്ന ഒരു ഗെയിംപ്ലാൻ. കാരണം ഇന്നത്തെ ഇന്ത്യൻ കോർപ്പറേറ്റുകൾ പഴയ രീതിയിലുള്ള ഇന്ത്യൻ കോർപ്പറേറ്റുകളല്ല. അവരുടെ ആവശ്യത്തിനാണ് സർക്കാർ വഴങ്ങിയിരിക്കുന്നത്. ഇന്നത്തെ കോർപ്പറേറ്റ് ഭീമന്മാരായ അംബാനിയും, അഡാനിയും, നെഹ്റു വിന്റെ കാലഘട്ടത്തിലെ കോർപ്പറേറ്റുകളായ ടാറ്റാ-ബിർളമാരെ പോലെയല്ല. ടാറ്റയും ബിർളയും സർക്കാരിൽ സ്വാധീനം ചെലു ത്തുവാൻ മിടുക്കന്മാരായിരുന്നെങ്കിലും അവരത് പ്രത്യക്ഷത്തിൽ നടത്തിയെടുക്കുവാൻ മുതിർന്നിരുന്നില്ല. എല്ലാത്തിനും ഒരു മറയുണ്ടായിരുന്നു. ഒരു ഭയമുണ്ടായിരുന്നു. അന്ന് സർക്കാരും കോർപ്പറേറ്റുകൾക്ക് വഴങ്ങുന്നില്ല, എന്ന അഭിനയം നടത്തികൊ ണ്ടേയിരുന്നു. എന്നാൽ ഇന്ന് അതല്ല സ്ഥിതി. സർക്കാരിനെ ക്കൊണ്ട് തങ്ങൾക്കനുകൂലമായ നിയമങ്ങൾ സൃഷ്ടിക്കുമെന്നും അത് നടത്തിയെടുക്കുവാൻ സർവ്വ മാർഗ്ഗങ്ങളും സ്വീകരിക്കു വാൻ തയ്യാറാണെന്നും കോർപ്പറേറ്റുകൾ അഹങ്കരിക്കുമ്പോൾ സർക്കാരും അതിന് ചൂട്ട് പിടിച്ചുകൊണ്ടിരിക്കുകയാണ്. ഒരു നാണവും, നെറിയും, മറയും ഇല്ലാതെ.

കർഷക സമരങ്ങൾ ഇന്ത്യയിൽ പഴംകഥകളാണ്. തൊഴിലാളി സമരങ്ങളെപോലെ സമരം ചെയ്യുവാൻ അവർ തയ്യാറായിരുന്നില്ല. ട്രേഡ് യൂണിയൻ മുന്നേറ്റങ്ങൾ, രാജ്യത്തെ സാമ്പത്തിക സ്ഥിതികൾ താറുമാറാക്കിയിട്ടാണെങ്കിൽപോലും, കായികശക്തികൊണ്ട് അവരുടെ കാര്യങ്ങൾ നേടിയെടുക്കുന്ന തരത്തിൽ ഇന്ത്യയിൽ പ്രവർത്തിക്കുന്നതിന് ശേഷി നേടിയിരു ന്നു. എന്നാൽ ഫാക്ടറി തൊഴിലാളി സമരങ്ങൾ മറ്റുള്ളവരുടെ ശ്രദ്ധ പിടിച്ചുപറ്റിയതുപോലെ, കർഷകർക്ക് അത് സാധിച്ചിരു ന്നില്ല. കാരണം ട്രേഡ് യൂണിയനുകളെപോലെ കൂടിചേരലുകൾ ക്ക് അവസരങ്ങൾ ലഭിച്ചിരുന്നില്ല.

ആ സ്ഥിതിവിശേഷം ഇപ്പോൾ മാറിയതായി കാണുന്നു. കർഷകർ അവരുടെ അവകാശങ്ങളെകുറിച്ച് ബോധവാന്മാ രാകുകയും, അത് നേടിയെടുക്കുവാൻ ഒറ്റക്കെട്ടായി സമരരംഗ ത്തേക്ക് ഇറങ്ങുമെന്ന തിരിച്ചറിവ് ഉണ്ടാവുകയും ചെയ്തു. അവർ

നഗരങ്ങളെ കേന്ദ്രീകരിച്ചായിരുന്നില്ല പ്രവർത്തനങ്ങൾ മുന്നോട്ട് കൊണ്ടുപോയതെങ്കിലും ആ പ്രവർത്തനങ്ങൾക്ക് ഒരു വ്യത്യസ്തത ഉണ്ടായിരുന്നു. ആ വ്യത്യസ്തതയാണ് അവരുടെ ഐക്യശക്തിയായി വളർന്നത്. കർഷകരുടെ ആവശ്യങ്ങൾ പൊതുജനശ്രദ്ധയാകർഷിക്കുവാൻ കാരണം അവരുടെ സമാധാനപൂർണമായ സമീപനങ്ങളായിരുന്നു. അവർ തൊഴിലാളിയൂണിയനുകളെപോലെ അക്രമാസക്തരായിരുന്നില്ല.

തൊഴിലാളികൾ മുൻകാലങ്ങളിൽ ഫാക്ടറി ഉടമകളാൽ ചൂഷണം ചെയ്യപ്പെട്ടിരുന്നുവെന്നും അവരുടെ വേതനവ്യവസ്ഥകളും തൊഴിൽ സാഹചര്യങ്ങളുമെല്ലാം വേതനത്തെ അടിസ്ഥാനമാക്കിയിരുന്നതിനാലും അത് ഉടമകളിൽനിന്ന് നേടിയെടുക്കുവാൻ അക്രമങ്ങൾ ഉണ്ടായിരുന്നിരിക്കാം. എന്നാൽ കർഷകരെ ചൂഷണം ചെയ്യുന്നതും അതുപോലെതന്നെ മറ്റൊരു രീതിയിലായിരുന്നു. നിയമങ്ങളെകൊണ്ടും വ്യവസ്ഥിതികളെകൊണ്ടും ഉള്ള ചൂഷണമായിരുന്നു അത്. “മണ്ടീസ്'' എന്ന പേരിൽ അറിയപ്പെട്ടിരുന്ന പ്രാദേശിക ഗുണ്ടാസംഘങ്ങളാൽ നിയന്ത്രിക്കപ്പെടുന്ന ‘കാർഷിക ഉൽപന്ന മാർക്കറ്റുകൾ’ താങ്ങുവിലകൾ നിശ്ചയിച്ചിട്ടുണ്ടെങ്കിൽ പോലും ഉൽപ്പന്നങ്ങൾക്ക് കൃത്യമായ വില നൽകാതെ ശേഖരിക്കുന്ന സംവിധാനങ്ങൾ ആയിരുന്ന അവയെല്ലാം പ്രാദേശിക മണ്ടീസ് കർഷകന് വിത്തിടുന്ന കാലത്ത് നൽകുന്ന സാമ്പത്തിക സഹായത്തിന്റെ പേരിൽ, മണ്ടീസ് നിശ്ചയിക്കുന്ന വിലക്കാണ് കർഷകന് ഉല്പന്നം വിറ്റഴിക്കുവാൻ സാധിച്ചിരുന്നത്. ഈ ഇടത്തട്ടുകാരായ മണ്ടീസിനെ ഒഴിവാക്കുന്നതിനു വേണ്ടിയാണ് പുതിയ നിയമം കൊണ്ടുവരുന്നത് എന്ന് പ്രചരിപ്പിക്കുന്നുണ്ടെങ്കിലും, അത് പുതിയ കോർപ്പറേറ്റുകളായ വൻ ഗുണ്ടാമണ്ടീസിനെ സൃഷ്ടിക്കുവാനുള്ള നടപടിയായി മാത്രമേ കർഷകന് കാണുവാൻ സാധിച്ചിരുന്നുള്ളൂ. അംബാനിയും, അഡാനിയും അതിനുള്ള ശ്രമങ്ങൾ ആരംഭിച്ചു കഴിഞ്ഞു. 60 ൽ താഴെ അവരുടെ കൃഷി-വികസന കോർപ്പറേറ്റ് കമ്പനികൾ രജിസ്റ്റർ ചെയ്തു കഴിഞ്ഞു. പൊതുജനം ഒരു കാര്യം മനസ്സിലാക്കേണ്ടതുണ്ട്,. പ്രാദേശിക ഗുണ്ടാമണ്ടീസിനെ ഒഴിവാക്കി വൻ ഭീകര ഗുണ്ടാമണ്ടീസുകളായ കോർപ്പറേറ്റുകൾക്ക് കാർഷികമേഖലയേയും കർഷകനേയും

തീറെഴുതികൊടുക്കുന്നതിനുള്ളതാണ് പുതിയ കാർഷികബന്ധ ബിൽ. എന്തിനും അമേരിക്കയിലേക്ക് നോക്കുന്ന നമ്മുടെ ഭരണകർത്താക്കൾക്ക്, അവിടെയുള്ളതുപോലെ സാമ്പത്തിക ഉന്നമനത്തിനാണെന്ന് വ്യാഖ്യാനിച്ച് കാർഷികമേഖലയെ വൻകോർപ്പറേറ്റുകൾ കീഴടക്കിയതുപോലെ, ഇന്ത്യയിലും അതുപോലെ നടക്കണമെന്ന് നമ്മുടെ ഭരണകർത്താക്കൾ ആഗ്രഹിക്കുന്നു. അത് സമ്മതിച്ചുകൊടുക്കുവാൻ നമ്മുടെ കർഷ കസമൂഹം തയ്യാറല്ല. ചൂഷണത്തിൽനിന്നുള്ള മോചനം അവർ ആഗ്രഹിക്കുന്നു. ഇന്ത്യൻ കർഷകന്റെ ഈ ഉയിർത്തെഴുന്നേൽപ്പ് ലോകശ്രദ്ധയിൽ ഒരു മഹാൽഭുതമായി മാറിയിരിക്കുകയാണ്. ഇതുപോലൊരു കർഷകസമരം ലോകത്തിൽ മറ്റൊരിടത്തും ഇതിന് മുമ്പ് ഉണ്ടായിട്ടില്ല. ഈ സമരം ലോകറിക്കാർഡുകളിലേ ക്ക് വർദ്ധിതവീര്യത്തോടെ നീങ്ങിക്കൊണ്ടിരിക്കുന്ന കാഴ്ചയാണ് നാം കാണുന്നത്.

ഏത് തരത്തിലുള്ള സാമ്പത്തികസഹായം ആരിൽനിന്ന് സ്വീകരിച്ചാലും ആ സഹായത്തിന് നിയമവിധേയമായ തിരി ച്ചുനൽകലുകൾ ആകാമെന്നല്ലാതെ, കർഷകന്റെ ഉൽപ്പന്ന ങ്ങൾക്ക് വില നിശ്ചയിക്കുവാനുള്ള സ്വാതന്ത്ര്യം കർഷകന് തന്നെയായിരിക്കണം. അവന്റെ ഉൽപ്പന്നങ്ങൾ അവന് നേരിട്ട് വിൽക്കുവാൻ സാധിക്കുന്ന വിധത്തിലുള്ള റെഗുലേറ്റഡ് മാർ ക്കറ്റുകൾ (തരകുകൾ) ആണ് അതിനാവശ്യം. ഉൽപന്നത്തിന് വില പറഞ്ഞ് വിൽക്കുകയോ, ലേലത്തിൽ വിൽക്കുകയോ ചെയ്യുമ്പോൾ കർഷകന് സമ്മതമനുസരിച്ചുള്ള വില, അത് താങ്ങുവിലയായാൽപോലും ലഭിക്കുക എന്നതായിരിക്കണം കാർഷികമേഖലയെ പുനരുദ്ധീകരിക്കുന്നതിനുള്ള നിയമങ്ങൾ തയ്യാറാക്കുമ്പോൾ സർക്കാർ ശ്രദ്ധിക്കപ്പെടേണ്ട വസ്തുതകൾ. അല്ലാതെ കോർപ്പറേറ്റുകളുടെ ചൂഷണത്തിന് അവനെ ഒരുക്കി ക്കൊടുക്കുന്ന നിയമങ്ങളാകരുത് സർക്കാരുകൾ കൊണ്ടുവരേ ണ്ടത്... ഇന്ത്യൻ കർഷകന്റെ ഈ സ്വാതന്ത്ര്യസമരം കാർഷിക മേഖലയുടെ പുരോഗതിക്ക് ഒരു കൈത്തിരിനാളമായി മാറുമെ ന്നുള്ളതിന് യാതൊരു സംശയവും ഇല്ല. ജയ് കിസാൻ... ജയ് ജവാൻ എന്ന മുദ്രാവാക്യം വീണ്ടും മുഴക്കികൊണ്ടായിരിക്കണം ഈ സമരത്തിന്റെ പരിസമാപ്തി കുറിക്കേണ്ടത്.

കോവിഡിനുശേഷം സാമ്പത്തിക മേഖല

ലോകം സാധാരണ പ്രവൃത്തിപഥങ്ങളിലേക്ക് സാവധാനം നടന്നു കയറുകയാണ്. കോവിഡ് രോഗവ്യാപനത്തിന്റെയും മരണങ്ങളുടേയും നിരക്കുകൾ വികസിത രാജ്യങ്ങളിൽ കുറഞ്ഞുകൊണ്ടിരിക്കുകയാണെങ്കിലും വൈറസിനെ പൂർണ്ണമായി തുരത്തുവാൻ ഇനിയും സാധിച്ചിട്ടില്ല. ഇതുവരെ 51 ലക്ഷം രോഗികൾ ഉണ്ടായെങ്കിലും മരണനിരക്ക് 3.53 ലക്ഷം മാത്രമാണ് എന്നതിൽ ആശ്വാസം കൊള്ളാം.

മനുഷ്യജന്മങ്ങൾക്ക് മഹാമാരിക്ക് മുന്നിൽ നൽകേണ്ടി വന്ന നഷ്ടം പരിഹരിക്കുവാൻ സാധിക്കാത്തതാണ്. എന്നാൽ സാമ്പത്തികവും സാമൂഹ്യവും ആയ പ്രതിഫലനം എല്ലായിടത്തും പ്രവചനാതീതവും ഊഹിക്കുവാൻ സാധിക്കാത്തതുമാണ്. റെക്കോർഡുകൾ സൂക്ഷിക്കുവാൻ തുടങ്ങിയ കാലം മുതൽക്കുള്ള ഏറ്റവും മോശമായ സാമ്പത്തിക പ്രതിസന്ധിയാണ് ഇത്. മിക്ക രാജ്യങ്ങളും 5% മുതൽ 15% വരെ നെഗറ്റീവ് ഗ്രോത്താണ് കാണിക്കുന്നത്. എന്നാൽ മതിയായ വ്യവസ്ഥിതികൾ നിലനിൽക്കുന്നതിനാലും, പുതിയ ടെക്നോളജികളും സാമ്പത്തികബന്ധങ്ങളും ഉള്ളതിനാലും നാം ഭയപ്പെടേണ്ട അവസ്ഥയിലല്ല. ഇത്തരുണത്തിൽ ഭാരതത്തിന് വ്യക്തമായ ഒരു പുതിയ

സാമ്പത്തികനയം നിലനിർത്തുന്നതിനും വളർത്തികൊണ്ടു വരുന്നതിനും ഉള്ള നടപടികൾ അനിവാര്യമായിരിക്കുന്നു.

ആഗോളതലത്തിലുള്ള മേഖലകളിൽ വൈവിദ്ധ്യവൽക്കരണം അത്യന്താപേക്ഷിതമാണ്. ലോകത്തിലെ വിവിധ രാഷ്ട്രങ്ങൾ ഒരു രാജ്യത്ത് തന്നെ ഉല്പാദനപ്രക്രിയ കേന്ദ്രീകരിച്ച് നടത്തുന്നതിന്റെ അപകടം മനസ്സിലായി കഴിഞ്ഞു. ഉദാഹരണം ചൈന തന്നെ, കോവിഡ് 19 അത്തരം കേന്ദ്രീകരണങ്ങളുടെ ദോഷപാഠങ്ങൾ നമ്മെ പഠിപ്പിച്ചു കഴിഞ്ഞു. അത്തരത്തിൽ നടത്തിയ കേന്ദ്രീകരണങ്ങൾ, മേന്മ കുറഞ്ഞ ഉല്പന്നങ്ങൾ കൂടുതൽ ചിലവിൽ നിർമ്മിക്കുന്നതിനും വ്യവസ്ഥിതിക്കാകെ അപകടകരവുമായതാണ്. ഈ സ്ഥിതി മാറുന്നതിനുള്ള നടപടികൾ തുടങ്ങിക്കഴിഞ്ഞു. കാര്യമായ വ്യാപാരയുദ്ധം രണ്ടു രാജ്യങ്ങൾ തമ്മിലാണ്. അമേരിക്കയും ചൈനയും തമ്മിൽ നിലനിൽക്കുന്ന സമ്പദ്ഘടനയും, ഡിജിറ്റൽ കറൻസിയുടെ ആവിർഭാവവും, ചൈനയെ പതുക്കെപതുക്കെ ഡോളർ ആധിപത്യമുള്ള ഇന്റർനാഷണൽ സമ്പദ്വ്യവസ്ഥയിൽ നിന്ന് അകറ്റിക്കൊണ്ടിരിക്കുകയാണ്. ലോകദുരന്തത്തിനുള്ള കാരണം ചൈനയാണെന്ന് സ്ഥാപിക്കുവാനുള്ള അമേരിക്കയുടെ ശ്രമം അതിനാണ്. അതുകൊണ്ട് ഉല്പാദനമേഖലയിൽ നിന്നുള്ള മൂലധനം ചൈനയിൽനിന്ന് കടത്തുവാൻ ഉള്ള നടപടികൾ പല രാഷ്ട്രങ്ങളും ആരംഭിച്ചു കഴിഞ്ഞു. ഇത് ഈ ഘട്ടത്തിൽ ഇന്ത്യക്ക് വളരെ ഗുണകരമായി ഭവിക്കുന്നതാണ്. പ്രത്യേകിച്ച് ഇന്ത്യയിലെ തെക്കൻ സംസ്ഥാനങ്ങൾക്ക്. അതിന് അവർ ക്രിയാത്മകമായ നയങ്ങളും വ്യവസായ വാണിജ്യ കാർഷിക വ്യവസ്ഥിതികളും കൈകൊള്ളേണ്ടതാണ്. ഇന്ത്യ ഈ ദിശയിൽ മുന്നേറുവാൻ താല്പര്യം കാണിക്കണം. പരിതസ്ഥിതികളെ ഫലപ്രദമായി ചൂഷണം ചെയ്യുവാൻ സാധിക്കണം. അതിനായുള്ള ചില മാർഗ്ഗങ്ങളെ കുറിച്ച് വിചിന്തനം ചെയ്യാവുന്നതാണ്.

പൊതു ആരോഗ്യവ്യവസ്ഥ വികസനത്തിന്റെ പ്രധാന കേന്ദ്രമാകണം. തീർച്ചയായും ഇന്ത്യ പൊതു ആരോഗ്യകാര്യത്തിൽ കൂടുതൽ ചിലവ് ചെയ്യണം. താല്ക്കാലിക ആശ്വാസം മാത്രമായ പാവപ്പെട്ടവരുടെ മെഡിക്കൽ ബില്ലുകൾ റീയമ്പേഴ്സ് ചെയ്യുന്നത് മാത്രമല്ല, മറിച്ച് പ്രാഥമിക ആരോഗ്യം നിലനിർത്തുന്നതിനുള്ള പ്രതിരോധ നടപടികൾക്കാണ് മുൻതൂക്കം നൽകേണ്ടത്.

ശുദ്ധജലം, ശുദ്ധവായു, ഹരിതവനങ്ങൾ, ശരിയായ ഭവന നിർമ്മാണങ്ങൾ, അഴുക്കു ജലപദ്ധതികൾ, മുതലായവയെ നിലനിർത്തിക്കൊണ്ടുള്ള പദ്ധതികൾക്കാണ് പ്രാമുഖ്യം നൽകേണ്ടത്. ഇതിനെ ക്ഷേമപ്രവർത്തനങ്ങൾക്കുള്ള ചിലവായി കാണുന്നതിനേക്കാൾ, സാമ്പത്തിക വളർച്ചയുടെ ഭാഗമായി കാണണം. ഇന്ത്യ വലിയ തോതിലുള്ള വാക്സിൻ-മരുന്നു നിർമ്മാണങ്ങൾക്കും, മറ്റു രാജ്യങ്ങൾക്ക് ആരോഗ്യപരിപാലനത്തിനുള്ള പരിശീലനത്തിനും, തുടർന്ന് റിസർച്ച് & ഡെവലപ്പ്മെന്റ് വിഭാഗങ്ങൾ സൃഷ്ടിച്ച രോഗവ്യാപനങ്ങൾ മുൻകൂട്ടി കണ്ട് പിടിക്കുന്നതിനുള്ള കേന്ദ്രങ്ങൾ സൃഷ്ടിക്കുന്നതിനു ലോകരാഷ്ട്രങ്ങളെ സഹായിക്കുന്നതിനും ഉള്ള ഒരു കേന്ദ്രമായി മാറണം. നമ്മുടെ വൻകിട ഫാർമ ഡെവലപ്പ്മെന്റ് സ്ഥാപനങ്ങൾ, പൊല്യൂഷൻ നിർമ്മാർജ്ജനത്തിന് സഹായകരമായ നിലപാടുകൾ സ്വീകരിക്കണം. സംസ്ഥാന സർക്കാരുകൾ പൊതു ആരോഗ്യനയങ്ങൾ രൂപീകരിക്കുകയും അതിനനുസരിച്ചുള്ള സ്ഥാപനങ്ങളേയും ജീവനക്കാരേയും ഏർപ്പെടുത്തുകയും ചെയ്യണം.

കാലാവസ്ഥ പരിസ്ഥിതി സൗഹൃദ സാമ്പത്തിക ഘടന സൃഷ്ടിക്കണം. എണ്ണ വിലകൾ മറ്റുള്ളവയേക്കാൾ കുറവായതുകാരണം ഇന്ത്യ ഒരുപക്ഷേ എണ്ണ പ്രാധാന്യമുള്ള സാമ്പത്തികത്തിലേക്ക് വീണ്ടും തിരിച്ചുപോയെന്നു വരാം. അത് അപകടകരമാണ്. മുൻഗണനയും പ്രാധാന്യവും നൽകേണ്ടത് ഗ്രീൻ പ്രോട്ടോകോൾ അനുസരിച്ചുള്ള ഗതാഗതത്തിനും ഇലക്ട്രിക് കാറുകൾ, പൊതുഗതാഗത വാഹനങ്ങൾ എന്നിവകൂം തദ്വാര ഗ്രീൻ മാനദണ്ഡങ്ങൾ പാലിക്കുന്നതിനും ആയിരിക്കണം. നമ്മുടെ സിറ്റികൾ ഫാക്ടറികളെകൊണ്ട് മലിനീകരിക്കപ്പെട്ടിരിക്കുന്നതിനാൽ, മറ്റു തരത്തിലുള്ള മലിനീകരണങ്ങൾക്ക് വഴിയൊരുക്കുന്നത് കൂടുതൽ ആപൽക്കരണായിരിക്കും. ലോകമെമ്പാടും കോവിഡ് 19ന് ശേഷമുള്ള സമ്പദ്വ്യവസ്ഥ ഗ്രീൻ എക്കണോമിയെ ആശ്രയിച്ചായിരിക്കും എന്നതിന് സംശയമില്ല. അതിനായി വേണ്ടത് (1) വളരെ പ്രാപ്തിയുള്ള ഒരു ഇന്റർനെറ്റ് സിസ്റ്റം അത് റിമോട്ട് മീറ്റിംങ്ങുകളേയും സിറ്റികൾക്കുള്ളിലും സിറ്റികൾ തമ്മിലുള്ള ഗതാഗതങ്ങൾ കുറക്കുന്നതിനേയും സഹായിക്കുന്നതിനായിരിക്കണം (2) പൊതുഗതാഗത സൗകര്യങ്ങൾ മെട്രോകൾ സബർബൻ മേഖലയിലേക്ക്

കൂടി നീട്ടുന്ന വിധത്തിൽ (3) ഇലക്ട്രിക് വാഹനങ്ങൾക്ക് നിർമ്മാണവസരത്തിലും വിപണനാവസരത്തിലും ടാക്സ് റിബേറ്റുകൾ (4) മലിനീകരണ നിയമങ്ങളുടെ വ്യവസ്ഥകൾ പാലിക്കുന്നതിനും നിലവിലുള്ള ജലം, വായു മലിനീകരണ വ്യവസ്ഥകളുടെ കർശന നടപടികൾ സ്വീകരിക്കലും (5) ജോലിക്ക് വരുന്നതിന് ബൈക്കുകൾ ഉപയോഗിക്കുന്ന രീതികളും (6) വർക്ക് അറ്റ് ഹോം രീതികളും നടപ്പാക്കൽ എന്നിവയാണ്.

കാർഷിക മേഖലയിൽ കൂടുതൽ ഊന്നൽ നൽകണം. പ്രതിസന്ധികളുടെ കാലഘട്ടത്തിൽ സമൂഹസുരക്ഷിതത്വം ഉറപ്പാക്കുവാൻ കാർഷിക മേഖലയിലെ ഉല്പാദനവും ഭക്ഷ്യോൽപ്പന്ന വിതരണവും വളരെ പ്രധാനപ്പെട്ടതാണ്. കാർഷിക രാജ്യമായ ഇന്ത്യയിലെ മിക്ക സംസ്ഥാനങ്ങളിലേയും ഗ്രാമങ്ങൾ അതിന് പ്രാപ്തവുമാണ്. പുതിയ സാമ്പത്തിക വർഷം ആരംഭിക്കുന്നതുവരേയുള്ള ഭക്ഷ്യദാന്യ ഉല്പന്നങ്ങളുടെ കാര്യത്തിൽ നാം ലക്ഷ്യം കണ്ട് കഴിഞ്ഞിട്ടുണ്ട്. സ്ഥിരതയാർന്ന വിതരണ സംവിധാനം നമ്മൾക്ക് അത്യന്താപേക്ഷിതമാണ്. കോവിഡിനുശേഷമുള്ള കാലഘട്ടത്തിൽ കൃഷിക്ക് കൂടുതൽ പ്രാധാന്യം നൽകുക തന്നെ വേണം. നമ്മുടെ മാർക്കറ്റുകൾ സജീവമാണ്. എന്നാൽ സർക്കാരുകൾ പുതിയ നിയമങ്ങളും പദ്ധതികളും ഇതിന് അനുകൂലമായി ആസൂത്രണം ചെയ്യണം. വിശ്വാസയോഗ്യമായ ഓർഗാനിക്ക് ഭക്ഷ്യവസ്തുക്കളുടെ വിതരണത്തിനുള്ള സംവിധാനങ്ങൾ ഏർപ്പെടുത്തണം. അല്പം വില കൂടിയാലും ജനങ്ങൾക്ക് കൂടുതൽ താല്പര്യം ഓർഗാനിക് ഭക്ഷ്യവസ്തുക്കൾക്കാണ്. കാർഷിക ഉൽപന്നങ്ങളുടെ വാല്യൂ ഏഡഡ് ഉൽപന്നങ്ങൾ തയ്യാറാക്കുന്നവർക്ക് സബ്സീഡികളും സഹായങ്ങളും നൽകണം. ആധുനിക ടെക്നോളജിയുടെയും ഗൗരവപരമായ നയങ്ങളുടെയും പശ്ചാത്തലത്തിൽ കാർഷികമേഖലയെ പുനരുദ്ധരിക്കുക തന്നെ വേണം. അത് ആ മേഖലയിൽ നമ്മുടെ ആധിപത്യം സ്ഥാപിക്കുന്നതിന് സഹായകരമാകും. കർഷകർക്ക് അവരുടെ പ്രവർത്തികൾക്ക് മതിയായ പ്രതിഫലം ലഭിക്കുന്ന വിധം നയങ്ങളും പ്രവൃത്തി പഥങ്ങളും രൂപീകരിക്കണം.

ഗ്രാമീണ സമ്പദ്‌വ്യവസ്ഥ വളർത്തിയെടുക്കുന്ന വിധത്തിൽ ഗ്രാമീണമേഖലയിൽ തൊഴിലുകളും സംരംഭങ്ങളും

വളർത്തിയെടുക്കണം. സർക്കാർ, അർദ്ധസർക്കാർ, സ്വകാര്യ മേഖല എന്നിവയിൽ ജോലി ലഭിക്കാതെയുള്ളവർക്ക് സ്വയം തൊഴിലും വരുമാനവും കണ്ടെത്തുന്ന വിധത്തിലുള്ള ചെറുകിട വ്യാപാരവ്യവസായ മേഖലയെ പ്രോത്സാഹിപ്പിച്ച് വളർത്തിയെടുക്കേണ്ടതാണ്. പരമ്പരാഗത തൊഴിലിലും ഏർപ്പെടുവാൻ ജനങ്ങൾക്ക് പ്രോത്സാഹനം നൽകണം. ഒരു കാലഘട്ടത്തിൽ ചെറുകിട റീട്ടെയിൽ വ്യാപാരമേഖലകളുടെ വാർഷിക വളർച്ചാനിരക്ക് 16 ശതമാനത്തേക്കാൾ കൂടുതൽ ആയിരുന്നുവെന്ന സത്യം നാം മറക്കരുത്. വ്യവസായ മേഖലയിലെ ചെറുകിട എം.എസ്. എം.ഇ യൂണിറ്റുകൾക്ക് വളരുന്നതിനും നിലനിൽക്കുന്നതിനുമുള്ള നയരൂപീകരണങ്ങൾ സൃഷ്ടിച്ചേ മതിയാവൂ. സ്വയംതൊഴിൽ കണ്ടെത്തുന്നവരെ പ്രോത്സാഹിപ്പിക്കുന്ന തരത്തിലുള്ള ഒരു "മൈന്റ് സെറ്റ്" സമൂഹം വളർത്തിയെടുക്കുക തന്നെ വേണം.

യുവജനങ്ങൾക്ക് തൊഴിൽ സൃഷ്ടിക്കൽ ഒരു പ്രധാന വഴിത്തിരിവായിരിക്കും. ഇത് വളരെ പ്രാധാന്യമുള്ള ഒരു മേഖലയാണ്. വളരെയധികം സാദ്ധ്യതകളുള്ള ഇനിയും വെട്ടിപ്പിടിക്കുവാൻ അവസരങ്ങളേറെയുള്ള മേഖലയായി അതിനെ കാണണം. ആഭ്യന്തരവും, വൈദേശികവുമായ മൂലധനനിക്ഷേപത്താൽ പ്രോത്സാഹനം ലഭിക്കുന്ന ഒരു മേഖലയാണ് യുവജനങ്ങളുടെ തൊഴിൽമേഖല. വികസനം കൊതിക്കുന്ന രാജ്യത്ത് ഇതിന് വളരെയേറെ പ്രാധാന്യമുണ്ട്. നമ്മുടെ മനുഷ്യവിഭവശേഷി ശരിയായ അർത്ഥത്തിൽ നാം വി നിയോഗിച്ചാൽ അത് നാടിന് സാമ്പത്തിക വളർച്ച നേടുവാൻ വളരെയേറെ പ്രാധാന്യമർഹിക്കുന്ന സ്ഥിതിവിശേഷം സൃഷ്ടിക്കപ്പെടുക തന്നെ ചെയ്യും. പല മുൻനിര രാഷ്ട്രങ്ങളുടെയും വികസനകാര്യത്തിൽ നമ്മുടെ അഭ്യസ്തവിദ്യരായ യുവാക്കൾ നൽകിയ സംഭാവനകൾ നാം മനസ്സിലാക്കണം. നമ്മുടെ രാഷ്ട്രപുനർ നിർമ്മാണത്തിന് നമ്മൾക്ക് ഏറെയുള്ള നമ്മുടെ യുവജനശക്തിയെ ഉപയോഗിക്കുവാനുള്ള അവസരങ്ങൾ നമ്മൾ സൃഷ്ടിക്കണം.

അതിനനുസരിച്ചുള്ള നയങ്ങളും, ഇൻസ്റ്റിറ്റ്യൂഷണൽ ഫ്രെയിംവർക്കും സൃഷ്ടിക്കുവാനും, എൻട്രി-ലെവൽ- മിഡ് ലെവൽ- ലോ എന്റ് എന്നീ തലത്തിൽ അവസരങ്ങൾ, ഗ്രാമീണ-നഗര മേഖലകളിൽ ലഭ്യമാക്കുന്നതിനാവശ്യമായ നടപടികൾ

കൈകൊള്ളുവാൻ സർക്കാരുകൾ തയ്യാറാകണം. വേണ്ടി വന്നാൽ പി.പി.പി. മോഡലുകളെ പ്രോത്സാഹിപ്പിക്കുക തന്നെ വേണം. സാമ്പത്തിക സ്ഥാപനങ്ങൾ പുതിയതരം പദ്ധതികളു മായി ഇതിനുവേണ്ടി മുന്നോട്ട് വരണം.

കോവിഡ് 19 എന്ന മഹാദുരന്തത്തെ അഭിമുഖീകരിക്കുവാൻ ലോകരാഷ്ട്രങ്ങൾ പ്രത്യേകിച്ച് ഇന്ത്യ സജ്ജമായിരുന്നില്ല. എന്നാൽ അതിൽനിന്ന് ധാരാളം പാഠങ്ങൾ പഠിക്കുവൻ നമ്മൾക്ക് സാധിക്കണം. ഈ മഹാദുരന്തത്തെ, നല്ല നിലയിൽ രാഷ്ട്രശക്തിയെ വളർത്തിയെടുക്കുന്നതിനുള്ള ക്രിയാത്മക നടപടികളിലൂടെ നാം കൈകാര്യം ചെയ്യുക തന്നെ വേണം. ഭാവി ഇന്ത്യയുടേതാക്കി മാറ്റുവാൻ നാം ഓരോരുത്തരും പരി ശ്രമിക്കണം. അതിനായി നേർവഴി കാണിക്കുവാൻ സർക്കാരു കൾക്ക് സാധിക്കുകയും വേണം. ദുരന്താനുഭവങ്ങളുടെ പാഠങ്ങൾ ഉൾക്കൊണ്ട് നാം തയ്യാറെടുക്കുകയാണെങ്കിൽ തീർച്ചയായും നമ്മുടെ സാമ്പത്തിക വളർച്ചാനിരക്ക് ശതമാനം മിക്ക വർഷങ്ങ ളിലും രണ്ട് ഡിജിറ്റൽ സംഖ്യകളിലേക്ക് എത്തുക തന്നെ ചെയ്യും.

വിലക്കയറ്റം-വില്ലനാര്

നമ്മുടെ നാട്ടിൽ ഭക്ഷ്യവസ്തുക്കളുടെ വിലക്കയറ്റം ഉണ്ടാകുമ്പോൾ, അതിന്റെ പാപഭാരം ആരുടെയെങ്കിലും തലയിൽകെട്ടിവച്ച് രക്ഷപ്പെടുന്നതിനുള്ള ശ്രമങ്ങളാണ് ജനകീയ ഭരണകൂടങ്ങൾ ഇന്നുവരെ ചെയ്തുപോന്നിട്ടുള്ളത്. അതിനുവേണ്ടി ജനങ്ങളുടെ കണ്ണിൽ മണ്ണിടുന്ന തരത്തിലുള്ള പ്രസ്താവനകളിറക്കി സ്വയം രക്ഷപ്പെടുന്നതിനുള്ള വഴികൾ അവർ കണ്ട് പിടിക്കും.

വളരെ വർഷങ്ങൾക്ക് മുമ്പ് വിലവർദ്ധനയുടെ ഉത്തരവാദിത്വം മുഴുവൻ നാട്ടിലെ സാധാരണക്കാരായ ചെറുകിട വ്യാപാരികളുടെ മേൽപോലും അടിച്ചേല്പിക്കുമായിരുന്നു. പൂഴ്ത്തിവെപ്പുകാരനെന്നും, കരിഞ്ചന്തക്കാരനെന്നും, കൊള്ളലാഭക്കാരനെന്നും വ്യാപാരികളെ സംബോധന ചെയ്ത് അവർ ആനന്ദം കണ്ടിരുന്നു. എന്നാൽ കേരള വ്യാപാരി വ്യവസായി ഏകോപനസമിതി എന്ന പ്രസ്ഥാനം പ്രവർത്തനം ആരംഭിച്ചപ്പോൾ, നാട്ടിൽ വിലവർദ്ധനവ് എങ്ങിനെയാണ് ഉണ്ടാകുന്നതെന്ന് കാര്യകാരണസഹിതം കവലകൾതോറും പ്രചരണം നടത്തിയപ്പോൾ, വിലക്കയറ്റത്തിനുത്തരവാദികൾ ഈ നാട്ടിലെ വ്യാപാരികളാണെന്ന രാഷ്ട്രീയക്കാരുടേയും ഉദ്യോഗസ്ഥരുടേയും പൊതുപ്രവർത്തകരുടേയും വാദഗതികൾ ജനങ്ങൾ തള്ളിക്കളഞ്ഞു. പിന്നീട് രാഷ്ട്രീയകക്ഷികൾ പരസ്പരം പഴിചാരുവാൻ തുടങ്ങി. വിലക്കയറ്റത്തിനുത്തരവാദികൾ ഭരണകക്ഷിയാണെന്ന് പ്രതിപക്ഷവും,

പ്രതിപക്ഷം മുമ്പ് ഭരണത്തിലായിരുന്നപ്പോൾ നടത്തിയ അഴിമതിക്കാധാരമായ നയങ്ങൾ മൂലമാണെന്ന് ഭരണപക്ഷവും പരസ്പരം പഴിചാരുന്നതു കണ്ട് ജനങ്ങൾ അന്തംവിട്ട് നിന്നു.

ഒരു കാര്യം വ്യക്തമാണ്. വിലക്കയറ്റത്തിന്റെ ശരിയായ കാരണങ്ങൾ മനസ്സിലാക്കുവാനോ മേലിൽ ഇത്തരം ഒരു പ്രതിഭാസം ഉണ്ടാകാതിരിക്കുവാനോ ആരും ശ്രമിക്കുന്നില്ല എന്നത് ഖേദകരമായ വസ്തുതയാണ്.

കേരളം ഒരു ഉപഭോക്തൃസംസ്ഥാനമാണ്. നിത്യോപയോഗ സാധനങ്ങൾ മുഴുവൻ അന്യസംസ്ഥാനങ്ങളിൽനിന്ന് വേണം വരുവാൻ. അതുകൊണ്ടുതന്നെ സാധനങ്ങളുടെ വില നിയന്ത്രിക്കുവാൻ കേരളീയരായ വ്യാപാരികൾക്കോ കേരള സർക്കാരിനോ സാധിക്കുകയില്ല. എന്നാൽ കേന്ദ്ര-കേരള സർക്കാരുകളുടെ നയവൈകല്യങ്ങൾ പലപ്പോഴും സാധന വിലക്കയറ്റത്തെ ബാധിക്കുമെന്നുള്ളതിന് യാതൊരു സംശയവുമില്ല.

സാധന വിലയെ ബാധിക്കുന്ന ധാരാളം വസ്തുതകൾ ഉണ്ടെന്ന കാര്യം നാം മറക്കരുത്. അതിലൊരു പ്രധാനകാര്യം ഡിമാന്റ് ഏന്റ് സപ്ലൈ തിയറി തന്നെയാണ്. ആവശ്യത്തിനനുസരിച്ച് സാധനങ്ങൾ ലഭ്യമല്ലെങ്കിൽ സാധന വില കൂടും. ആവശ്യത്തിനേക്കാൾ കൂടുതൽ സാധനങ്ങൾ ലഭ്യമാണെങ്കിൽ സാധന വില കുറയും. ആവശ്യത്തിനനുസരിച്ച് സാധനങ്ങൾ ലഭ്യമല്ലാതാകുന്ന സ്ഥിതി നാട്ടിലെ കാലാവസ്ഥയേയും കൃഷി വിളവെടുപ്പുകളേയും ആശ്രയിച്ചാണിരിക്കുന്നത്. നല്ല വിളവെടുപ്പുണ്ടായാൽ സാധനവില കുറയും. കൃഷിക്ക് നാശമുണ്ടായാൽ ഉള്ള സ്റ്റോക്കിന് വിലയേറും. ഈ പ്രതിഭാസത്തെ നിയന്ത്രിക്കുവാൻ ആർക്കാണ്. സാദ്ധ്യമാകുക. അതുകൊണ്ട് തന്നെ മറ്റു സംസ്ഥാനങ്ങളിലെ കൃഷിക്കാരും വ്യാപാരികളും നിശ്ചയിക്കുന്ന വിലക്കാണ് കേരളത്തിലെ മൊത്തവ്യാപാരികൾക്ക് സാധനങ്ങൾ ലഭിക്കുകയുള്ളൂ. മറ്റു സംസ്ഥാനങ്ങളിലെ വ്യാപാരികൾ കൂടുതൽ വിലയ്ക്കാണ് സാധനങ്ങൾ കേരളത്തിലെ വ്യാപാരികൾക്ക് നൽകുന്നതെങ്കിൽ കേരളത്തിൽ സാധനവില ഉയരുക തന്നെ ചെയ്യും. ആ അവസ്ഥാവിശേഷത്തെ നിയന്ത്രിക്കുവാൻ ഒരു സർക്കാരിനും സാദ്ധ്യമല്ല. അതിനുള്ള സംവിധാനങ്ങളുമില്ല.

വ്യാപാരികളുടെ തത്വശാസ്ത്രമനുസരിച്ച് ഏറ്റവും കുറഞ്ഞ

വിലക്ക് ലോകത്തിലെ ഏത് കോണിൽനിന്നും സാധനങ്ങൾ ലഭിക്കുന്നതിനുള്ള പരിശ്രമങ്ങൾ നടത്തും. ഒന്നുകിൽ കുറഞ്ഞ വിലയ്ക്ക് സാധനങ്ങൾ വിറ്റ് കൂടുതൽ വ്യാപാരം നേടുവാൻ. അല്ലെങ്കിൽ മാർക്കറ്റിൽ നിലനിൽക്കുന്ന വിലയ്ക്ക് സാധനങ്ങൾ വിറ്റ് കൂടുതൽ ലാഭമുണ്ടാക്കുവാൻ. കൂടിയ വിലയ്ക്ക് സാധനങ്ങൾ വാങ്ങണമെന്ന് അവർഒരിക്കലും ആഗ്രഹിക്കുകയില്ല, എന്തെന്നാൽ അത് അവന്റെ വ്യാപാരത്തിന്റെ അടിത്തറ തന്നെ ഇളക്കും.

സാധനവിലയെ നിയന്ത്രിക്കുന്ന മറ്റൊരു ഘടകം സർക്കാരുകളുടെ നയവൈകല്യങ്ങളാണ്. അതിലൊന്ന് സംഭരണരീതികളിലുള്ള നിയന്ത്രണങ്ങളാണ്. കുത്തക സംഭരണം നടത്തുന്നവരെ പ്രോത്സാഹിപ്പിക്കുന്ന തരത്തിലാണ് സംഭരണനിയമങ്ങൾ എങ്കിൽ; ആ കുത്തകക്കാർ നിശ്ചയിക്കുന്ന വിലയായിരിക്കും സാധനങ്ങൾക്ക് മാർക്കറ്റിൽ ഉണ്ടാവുക. ഈ അടുത്ത കാലത്ത് ഇന്ത്യയിലെ റീട്ടെയിൽ വ്യാപാരമേഖലയിൽ വിദേശനിക്ഷേപം അനുവദിക്കുന്നതിനുള്ള കേന്ദ്രസർക്കാർ തീരുമാനത്തെ ഭാരതത്തിലെ ചെറുകിടവ്യാപാരികൾ ശക്തമായി എതിർത്തപ്പോൾ, വിദേശ കുത്തക നിക്ഷേപ കമ്പനികൾ, ഇന്ത്യൻ കുത്തക കമ്പനികളുമായി ഒരു ധാരണയിലെത്തി. ഇന്ത്യൻ കുത്തകകളുടെ ബ്രാന്റിൽ റീട്ടെയിൽ മേഖല കീഴടക്കുന്നതിനുള്ള ശ്രമങ്ങളാണ് ഇപ്പോൾ നടന്നു വരുന്നത്. കേന്ദ്രത്തിലെ യു.പി.എ. സർക്കാരിനെ കോൺഗ്രസ്സും ഇടതുപക്ഷ കക്ഷികളും നിയന്ത്രിക്കുന്നതിനാൽ, റീട്ടെയിൽ മേഖലയിലെ കുത്തകനിക്ഷേപത്തിന് അനുമതി നൽകിയ ഉത്തരവാദിത്വത്തിൽനിന്ന് അവർക്ക് ഒഴിഞ്ഞുമാറാനാകില്ല. ഇന്ത്യയിലെ പ്രമുഖ വ്യവസായ സ്ഥാപനങ്ങളായ റിലയൻസും ടാറ്റയുമെല്ലാം അന്താരാഷ്ട്ര ഭീമൻ കുത്തകകമ്പനികളുമായി സഹകരിച്ച് റീട്ടെയിൽ വ്യാപാരരംഗത്ത് ആധിപത്യമുറപ്പിക്കുന്നതിനുള്ള ശ്രമങ്ങൾ ആരംഭിച്ചു കഴിഞ്ഞു. ഇന്ത്യയിൽ ഉല്പാദിപ്പിക്കപ്പെടുന്ന ഉഴുന്ന്, മുളക് എന്നീ ഭക്ഷ്യധാന്യങ്ങൾ മുഴുവൻ മൊത്തമായി റിലയൻസ് ഏറ്റെടുക്കുവാൻ കോൺട്രാക്റ്റ് ഉറപ്പിച്ചു കഴിഞ്ഞു. മറ്റു ഭക്ഷ്യധാന്യങ്ങളുടെ സ്ഥിതിയും ഭിന്നമല്ല. ഇതിന് അവരെ സഹായിച്ചത് ഓൺലൈൻ ഫോർവേർഡ് ട്രേഡിംങ്ങ് വ്യവസ്ഥിതിയാണ് എന്ന് സർക്കാരിന് ഇപ്പോൾ മനസ്സിലാക്കുവാൻ

സാധിച്ചിട്ടുണ്ട്. കുത്തക സംഭരണങ്ങൾക്ക് അവസരം നിഷേധിക്കേണ്ടത് കേന്ദ്ര-സംസ്ഥാന സർക്കാരുകളുടെ ചുമതലയാണ്. ഭക്ഷ്യധാന്യങ്ങളുടെ കുത്തക സംഭരണം നടന്നു കഴിഞ്ഞാൽ കേരളത്തിലെ സിവിൽ സപ്ലൈസ് കോർപ്പറേഷനുപോലും സാധനങ്ങൾ ലഭിക്കാത്ത സ്ഥിതിവിശേഷം സംജാതമാകും. ഇപ്പോൾതന്നെ എല്ലാ സാധനങ്ങളും ലഭ്യമല്ലാത്ത സപ്ലൈകോ. സ്റ്റോറുകൾ സാധന ദൗർലഭ്യം മൂലം വീർപ്പു മുട്ടും. സാധനങ്ങൾ വില്പനയ്ക്ക് ലഭ്യമല്ലാതാകുന്ന സാഹചര്യത്തിൽ ചെറുകിട വ്യാപാരികൾ താനെ നശിച്ച് കുത്തകകൾക്ക് വളരേണ്ട വളമായി മാറേണ്ട ഗതികേട് നമ്മുടെ നാട്ടിൽ ഉണ്ടാകുമെന്നതിനാൽ, സർക്കാരുകൾ ത്നെയാണ് അത്തരമൊരു സ്ഥിതിവിശേഷം ഒഴിവാക്കുവാൻ നിയമനിർമ്മാണങ്ങൾ നടത്തേണ്ടത്.

അതുപോലെ തന്നെ ഭക്ഷ്യധാന്യങ്ങളുടെ വില്പനയുടെ മേൽ ഏർപ്പെടുത്തുന്ന നികുതിനിയമങ്ങളും പ്രസ്തുതസാധനങ്ങളുടെ വിലക്കയറ്റത്തിന് കാരണമാകും. ഇന്ത്യയിൽ വാറ്റ് നികുതി സമ്പ്രദായം നിലവിൽ വന്നപ്പോൾ, മറ്റു സംസ്ഥാനങ്ങളെല്ലാം ഭക്ഷ്യധാന്യങ്ങളെ നികുതിയിൽ നിന്നൊഴിവാക്കിയപ്പോൾ, കേരള സർക്കാർ അരിക്ക് ഒരു ശതമാനവും ഭക്ഷ്യധാന്യങ്ങൾക്ക് നാല് ശതമാനവും വാറ്റ് നികുതി ഏർപ്പെടുത്തി. വില്പന നടക്കുന്ന തലങ്ങളിലെല്ലാം വാറ്റ് നികുതി പിരിക്കണമെന്നതിനാൽ ഓരോ തലത്തിലും വില കൂടുവാൻ പ്രസ്തുത നികുതികളും കാരണമായിട്ടുണ്ട്.

ഇന്നത്തെ സാഹചര്യത്തിൽ വിലവർദ്ധനയെകുറിച്ച് വിലപിക്കുവാൻ മാത്രമെ നമുക്ക് സാധിക്കുകയുള്ളു. ഭക്ഷ്യധാന്യങ്ങളുടേയും പച്ചക്കറികളുടേയും കാര്യത്തിൽ സ്വയംപര്യാപ്തത നേടുവാൻ നാട്ടിലെ ജനങ്ങൾക്ക് നേതൃത്വം നൽകേണ്ട ധാർമ്മികമായ ഉത്തരവാദിത്വത്തിൽനിന്ന് നമ്മുടെ സർക്കാരുകൾ ഒഴിഞ്ഞുനിന്നതിന്റെ ദുരവസ്ഥയാണ് നാം ഇന്ന് അനുഭവിക്കേണ്ടി വരുന്നത്. അനുഭവങ്ങളിൽനിന്ന് പാഠങ്ങൾ ഉൾക്കൊണ്ട് നയങ്ങളിൽ തിരുത്തലുകൾ വരുത്തി ജനതതിയെ സഹായിക്കുവാൻ സർക്കാർ തന്നെ മുൻകൈ എടുക്കണം. അല്ലാത്തപക്ഷം മറ്റു സംസ്ഥാനങ്ങളിലുണ്ടാകുന്ന സംഭവവികാസങ്ങളുടെ അടിസ്ഥാനത്തിൽ വിലക്കയറ്റ ഭീഷണി എന്നും കേരളീയന്റെ

തലയിൽ ഡെമോക്ലിസിന്റെ വാളെന്നപോലെ തൂങ്ങിക്കിടക്കും. മുല്ലപെരിയാർ പ്രശ്നം രൂക്ഷമായ അവസ്ഥയിൽ തമിഴ്നാട്ടിൽ നിന്ന് ലോറികൾ വരാതെയായപ്പോൾ, കാവേരി പ്രശ്നത്തിൽ കർണ്ണാടകയിൽ ദിവസങ്ങളോളം ബന്ദുകൾ നടന്നപ്പോൾ, കേരളീയന്റെ കുടുംബ ബഡ്ജറ്റ് ആകെ തകിടം മറിഞ്ഞുവെന്നത് യാഥാർത്ഥ്യമാണ്.

ഭക്ഷ്യധാന്യങ്ങളുടെ പൂഴ്ത്തിവയ്പ്പ് നടത്തുവാൻ ഇന്ന് കേരളത്തിലെ വ്യാപാരികൾക്ക് സാധിക്കുകയില്ല. പച്ചക്കറി ഒരു ദിവസംപോലും കാത്ത് വയ്ക്കുവാൻ സാധിക്കുകയില്ല. വർഷങ്ങൾക്ക് മുമ്പ്, ഏതാനും ചില വ്യാപാരികൾ മാത്രം മാർക്കറ്റിൽ ഉണ്ടായിരുന്നപ്പോൾ കൃത്രിമക്ഷാമവും വിലക്കയറ്റവും സൃഷ്ടിക്കുവാൻ അവർക്ക് സാധിക്കുമായിരുന്നു. എന്നാൽ ഇന്ന് മാർക്കറ്റിൽ ധാരാളം വ്യാപാരികൾ പ്രവർത്തനോന്മുഖരായുണ്ട്. അതുകൊണ്ട്തന്നെ മത്സരകമ്പോളത്തിൽ പിടിച്ചു നിൽക്കണമെങ്കിൽ, കൃത്രിമക്ഷാമങ്ങളോ വിലക്കയറ്റമോ സൃഷ്ടിക്കുവാൻ ആർക്കും സാധിക്കുകയില്ല. ഈ അവസ്ഥാ വിശേഷം സർക്കാരിന് അറിയാവുന്നതാണ്. അന്യസംസ്ഥാനങ്ങളിലെ കുത്തക സംഭരണക്കാർ ശീതീകരിച്ച വൻഗോഡൗണുകളിലാണ് പല സാധനങ്ങളും സ്റ്റോക്ക് ചെയ്യുന്നത്. അത്തര്തിൽപ്പെട്ട ഒരു ഗോഡൗൺപോലും കേരളത്തിൽ ഇല്ല. കുത്തകസംഭരണക്കാർക്ക് എന്നും സഹായകരായി വരുന്നത് രാഷ്ട്രീയ നേതാക്കളും ഉദ്യോഗസ്ഥ മേധാവികളുമാണ്. അവർക്ക് നൽകുന്ന സംരക്ഷണത്തിന്റെ പേരിൽ വൻ അഴിമതികളും നടക്കുന്നുണ്ട്. ആ അഴിമതികളുടെ പാപഭാരവും, വിലവർദ്ധനവിലൂടെ താങ്ങേണ്ടി വരുന്നത് കേരളീയരായ ഉപഭോക്താക്കളാണ്.

ഉദാരവൽക്കരണത്തിന്റെ പേരിൽ എസൻഷ്യൽ കമ്മോഡിറ്റീസ് ആക്ട് കേന്ദ്രസർക്കാർ എടുത്തു കളഞ്ഞു. കാരണം അത്തരമൊരു നിയമത്തിന്റെ ആവശ്യം ഇന്നില്ല. മാർക്കറ്റിൽ സാധനങ്ങളെല്ലാം വിവിധ ബ്രാന്റുകളിൽ ഇന്ന് സുലഭമായി ലഭിക്കുന്നുണ്ട്. ഭക്ഷ്യധാന്യങ്ങളോടൊപ്പം, ബാറ്ററി, സൈക്കിൾ ടയർ-ട്യൂബ്, ഹോർലിക്സ്, ബേബി ഫുഡുകൾ എന്നിവയുടെയെല്ലാം വിതരണവും വില്പനയും എസൻഷ്യൽ കമ്മോഡിറ്റീസ് ആക്ടിലൂടെ നിയന്ത്രിച്ചിരുന്നു. പ്രസ്തുത നിയമം ഇല്ലാതാക്കിയ

സ്ഥിതിക്ക് അതിലെ ചട്ടങ്ങളും വ്യവസ്ഥകളും ഇല്ലാതായിരിക്കുകയാണ്. അതിന്റെ പേരിൽ അനാവശ്യ നിയന്ത്രണങ്ങൾ ഏർപ്പെടുത്തുവാൻ ഇന്ന് സർക്കാരിന് സാധിക്കുകയില്ല. എങ്കിലും കേരളത്തിൽ ഇന്നുണ്ടായിട്ടുള്ള വിലക്കയറ്റത്തെക്കുറിച്ച് ജനങ്ങളിലെ ആശങ്കകൾ അകറ്റുന്നതിനുവേണ്ടി കേരളസർക്കാർ നിർദ്ദേശിക്കുന്ന തരത്തിൽ വിലവിവരപട്ടിക പ്രദർശിപ്പിക്കുവാൻ കേരളത്തിലെ വ്യാപാരികൾ തയ്യാറാകും. പക്ഷേ, ഇത്തരം കാര്യങ്ങളിൽ മാത്രം അമിതാവേശം കാണിക്കുന്ന ഉദ്യോഗസ്ഥന്മാർ (ആ അമിതാവേശം കാണിക്കുന്നത് എന്തിനാണെന്ന് ഏവർക്കുമറിയാം) കേരളത്തിലെ സാധാരണക്കാരായ ചെറുകിട വ്യാപാരികളെ ഇതിന്റെ പേരിൽ പീഡിപ്പിക്കുന്നത് ഭൂഷണമല്ല.

ഭക്ഷ്യധാന്യങ്ങൾക്ക് വിലക്കയറ്റമുണ്ടെന്ന് സമ്മതിക്കുന്ന സർക്കാർതന്നെ, ഹോട്ടലുകളിൽ വിലകുറക്കണമെന്നാവശ്യപ്പെടുമ്പോൾ, സർക്കാർ നിയന്ത്രണത്തിലുള്ള മിൽമാപാലിന് ലിറ്ററിന് ഒരു രൂപ വില കൂട്ടി പ്രഖ്യാപിച്ചാൽ, എങ്ങിനെയാണ് ഹോട്ടലുകൾക്ക് വില കുറക്കുവാൻ സഹായകരമായ അവസ്ഥ ഉണ്ടാക്കുന്നത്.

സർക്കാർ നിയന്ത്രണത്തിലുള്ള സാധനങ്ങൾക്കൊക്കെ വൻതോതിൽ വിലവർദ്ധനവ് ഏർപ്പെടുത്തുവാൻ സർക്കാരിന് ഒരു മടിയും കാണുന്നില്ല. സർക്കാരിന്റെ ഈ രീതിയിലുള്ള വിലവർദ്ധനവ് എല്ല തലത്തിലും സാധനങ്ങളുടെ വിലക്കയറ്റത്തിന് കാരണമാകും. കേന്ദ്രസർക്കാർ പെട്രോൾ-ഡീസൽ വിലകൾ വൻതോതിൽ ഉയർത്തിയപ്പോൾ ഉണ്ടായ ട്രാൻസ്പോർട്ട് ചാർജിലെ വർദ്ധനവ് കേരളത്തിലെത്തുന്ന സാധനങ്ങളുടെ വിലകളിൽ വർധനവ് ഉണ്ടാക്കും. അന്താരാഷ്ട്രവിപണിയിൽ ക്രൂഡോയിലിന് വൻവിലവർദ്ധനവ് ഉണ്ടായപ്പോൾ ഇന്ത്യയിൽ അന്ന് വർദ്ധിപ്പിച്ച പെട്രോൾ-ഡീസൽ വിലകൾ, ഇന്ന് അന്താരാഷ്ട്ര വിപണിയിൽ അന്നത്തെ വിലയേക്കാൾ 40 ശതമാനം ക്രൂഡോയിലിന് വില കുറഞ്ഞിട്ടുപോലും ആ വിലകുറവ് ഇന്ത്യയിലെ ഉപഭോക്താക്കൾക്ക് ലഭിക്കുവാൻ, കോൺഗ്രസ്-ഇടതു കക്ഷികൾ നേതൃത്വം നൽകുന്ന കേന്ദ്രസർക്കാരിന് ഇനിയും സാധിച്ചിട്ടില്ല. ജനങ്ങളുടെ പിച്ചച്ചട്ടിയിൽനിന്ന് കയ്യിട്ടു വാരുന്ന

സർക്കാർ ഏമാൻമാകർക്കും അവരുടെ സിൽബന്ധികൾക്കും ഇതൊന്നും വലിയ കാര്യമാകണമെന്നില്ല. എന്തെന്നാൽ ഈ അമിതലാഭത്തിന്റെയെല്ലാം വലിയ പങ്ക് അനുഭവിക്കുന്നവർ അവരൊക്കെയാണല്ലോ.

കേരളത്തിലെ വ്യാപാരരീതി അനുസരിച്ച് വിവിധ തട്ടുകളിലൂടെ കൈമറിഞ്ഞാണ് ഉപഭോക്താക്കൾക്ക് സാധനങ്ങൾ ലഭ്യമാവുകയുള്ളൂ. അന്യസംസ്ഥാനങ്ങളിൽനിന്ന് മൊത്ത വിതരണക്കാർക്ക് ലഭിക്കുന്ന സാധനങ്ങൾ മൊത്തവ്യാപാരികൾ മുഖേന ഗ്രാമങ്ങളിലെ റീട്ടെയിൽ വ്യാപാരികളുടെ പക്കലെത്തുകയും അവിടെനിന്ന് ഉപഭോക്താക്കൾക്ക് ലഭിക്കുകയും ചെയ്യും. ഇവിടത്തെ രീതിയനുസരിച്ച് ഈ തലങ്ങളൊന്നും ഒഴിവാക്കുവാൻ സാധിക്കുകയില്ല. കാരണം ഉപഭോക്താവിന് നേരിട്ട് മൊത്തവിതരണക്കാരനിൽനിന്നോ മൊത്തവ്യാപാരിയിൽനിന്നോ സാധനങ്ങൾ ലഭിക്കുവാൻ അവസരമുണ്ടാവുകയില്ല. അതുകൊണ്ട്തന്നെ ജനങ്ങളുടെ അറിവിലേക്ക് പ്രസ്തുത വ്യാപാരങ്ങളെ സംബന്ധിച്ചും ഒരു ചാർട്ട് താഴെ പ്രസിദ്ധീകരിക്കുന്നു. ഇവിടത്തെ വ്യാപാരികൾക്കൊന്നും വൻലാഭം ലഭിക്കുന്നില്ല എന്ന അവസ്ഥ അതിൽനിന്ന് വ്യക്തമാകും.

തൃശ്ശൂർ മാർക്കറ്റിൽ 8-2-2007 ൽ നടത്തിയ സർവ്വേയുടെ ഫലമായി തയ്യാറാക്കിയതാണ് ഈ ചാർട്ട്. ചാർട്ട് പരിശോധിച്ചാൽ സാധനങ്ങൾ എവിടെനിന്നു വരുന്നു, വ്യാപാരികൾക്കെന്ത് ലാഭമുണ്ടാകും എന്നെല്ലാം അതിൽനിന്ന് മനസ്സിലാക്കുവാൻ സാധിക്കും. വ്യാപാരികളുടെ ലാഭത്തിൽനിന്ന് ശരാശരി 2% എസ്റ്റാബ്ലിഷ്മെന്റ് കോസ്റ്റ് നീ#കിയാൽ വ്യാപാരികളുടെ ലാഭം വളരെ നിസ്സാരമാണെന്ന് കാണുവാൻ സാധിക്കും.

നിങ്ങളുടെ ബാങ്ക് നിങ്ങളെ ചതിക്കുന്നുവോ?

എറണാകുളം കലൂരിൽ സ്വന്തം ഫ്ളാറ്റിൽ താമസിക്കുന്ന 79കാരനായ ശിവരാമൻനായർക്ക് കലൂരിൽ പ്രവർത്തിക്കുന്ന ഒരു പ്രമുഖ സ്വകാര്യമേഖലാ ബാങ്കിലെ മാനേജരിൽനിന്ന് ഒരു ദിവസം ഒരു ഫോൺകാൾ വന്നു. ശിവരാമൻനായരുടെ ഒരു ദശാബ്ദത്തിലേറെയുള്ള സേവിംങ്ങ്സ് എക്കൗണ്ടും ഏഴ് ലക്ഷം രൂപയുടെ ഫിക്സഡ് ഡെപ്പോസിറ്റും ആ ബാങ്കിലാണ് ഉള്ളത്. ശിവരാമൻനായരുടെ വീട്ടിലേക്ക് മാനേജർ വരുന്നത് പുതിയ ഒരു നിക്ഷേപ പദ്ധതിയെക്കുറിച്ച് സംസാരിക്കുവാനാണ്.

"താങ്കൾക്ക് സ്വാഗതം'' മാനേജരുടെ വ്യക്തിഗത ശ്രദ്ധക്ക് പാത്രീഭൂതനായതിൽ സന്തോഷിച്ച് ശിവരാമൻനായർ മാനേജരെ വീട്ടിലേക്ക് സ്വാഗതം ചെയ്തു.

"മിസ്റ്റർ നായർ, താങ്കളുടെ ബാങ്കിലുള്ള ഫിക്സഡ് ഡെപ്പോസിറ്റിന് 10% പലിശയാണ് ഇപ്പോൾ ലഭിക്കുന്നത്.'' മാനേജർ പറഞ്ഞു നിർത്തി.

അദ്ദേഹത്തിന്റെ കൂടെ വന്ന സഹപ്രവർത്തകൻ പറയുവാൻ ആരംഭിച്ചു. "എന്തുകൊണ്ട് താങ്കൾക്ക് പ്രസ്തുത തുക ഞങ്ങളുടെ ഡി ഡബ്ലിയു എസ് സ്കീമിൽ നിക്ഷേപിച്ചുകൂടാ. അതിന് 14 മുതൽ 15% വരെ റിട്ടേൺ ലഭിക്കുകയും ചെയ്യും. താങ്കളുടെ

ഫിക്സഡ് ഡെപ്പോസിറ്റ് ഉടയ്ക്കുന്നതിന് പെനാൽട്ടികൾ ഒന്നും തന്നെ ഇല്ല താനും.''

നായർ പറഞ്ഞു തുടങ്ങി. തന്റെ ഭാര്യ ചികിത്സയിലാണെന്നും സർജറി ആവശ്യമായി വരുമെന്നും അതിന് അത്യാവശ്യമായി പണം വേണമെന്നും. ലഘുപാനിയങ്ങളും പലഹാരങ്ങളും കഴിക്കുന്നതിനിടയിൽ രണ്ട് ബാങ്കർമാരും പറഞ്ഞു. "താങ്കൾക്ക് ആവശ്യമെങ്കിൽ ഈ പദ്ധതി എപ്പോൾ വേണമെങ്കിലും അവസാനിപ്പിക്കാമെന്നും താങ്കളുടെ പണം ഉടനെ തന്നെ സേവിംങ്ങ്സ് ബാങ്ക് എക്കൗണ്ടിലേക്ക് മാറ്റാവുന്നതാണെന്നും ഉറപ്പ നൽകുന്നു.''

"ഈ പദ്ധതി ഒരു മ്യൂച്ചൽഫണ്ട് ആണെങ്കിൽ ഞാൻ ഒരിക്കലും അതിനെ ഇഷ്ടപ്പെടുന്നില്ല.'' നായർ പറഞ്ഞു. ഒരിക്കൽ പറ്റിയ അബദ്ധം അദ്ദേഹത്തിന് ഓർമ്മ വന്നു. "എനിക്ക് ഫിക്സഡ് ഡെപ്പോസിറ്റ് ലഭിക്കുന്ന 10% പലിശ കൊണ്ട് തന്നെ ഞാൻ തൃപ്തനാണ്.'' എന്നാൽ ബാങ്കർമാർ അദ്ദേഹത്തിന് ഉറപ്പ നൽകി. "ഇത് മ്യൂച്ചൽ ഫണ്ടല്ല. ഡി ഡബ്ലിയു എസ് പദ്ധതി എന്നാൽ ഡെവലപ്മെന്റ് ഓഫ് വെൽത്ത് സ്കീം എന്ന പദ്ധതിയാണ്.

നായർ പിന്നീട് മറിച്ചൊന്നും ചിന്തിക്കാതെ, തങ്ങളുടെ ബാങ്കിനെ വിശ്വസിക്കുന്ന മറ്റു പല ബാങ്ക് ഇടപാടുകാരെപോലെ പിറ്റേ ദിവസം തന്നെ ചെക്ക് ബുക്കുമായി ബാങ്കിലെത്തി. പുതിയ കർമ്മപദ്ധതിയിൽ ചേരുന്നതിന് രേഖകളിൽ ഒപ്പവച്ചു. രേഖകളിൽ എന്തൊക്കെയാണ് എഴുതിയിരിക്കുന്നതെന്ന് നായർ വായിച്ചുനോക്കിയില്ല. രേഖകൾ പൂരിപ്പിച്ച് നൽകിയത് മറ്റൊരു ബാങ്ക് ജീവനക്കാരനാണ്.

എല്ലാം നല്ലതുപോലെ നടന്നു. എന്നാൽ കുറച്ചു നാളുകൾക്കു ശേഷം നായർക്ക് ഡി ഡബ്ലിയു എസ് എക്കൗണ്ടിന്റെ സ്റ്റേറ്റ്മെന്റ് ലഭിച്ചപ്പോൾ ആണ് അദ്ദേഹം അന്തംവിട്ടുപോയത്. അദ്ദേഹത്തിന്റെ പണം അഞ്ചുകൊല്ലത്തേക്ക് ഒരു മ്യൂച്ചൽ ഫണ്ട് എക്കൗണ്ടിലാണ് നിക്ഷേപിച്ചിരിക്കുന്നത്.

നമ്മളെല്ലാവരേയുംപോലെ ശിവരാമൻനായർ ഒരു മാതൃകാ ബാങ്ക് ഇടപാടുകാരനാണ്. ഒരിക്കലും ഒരു ചെക്ക് മടക്കില്ല.

മിനിമം ബാലൻസ് നിലനിർത്തും. ക്രെഡിറ്റ് കാർഡിൽ നൽകു വാനുള്ള തുക സമയത്തിന് നൽകും. ബാങ്കിലിരിക്കുന്നവരെ വിശ്വസിക്കുകയും ചെയ്യും. അവിടെയാണ് തെറ്റ് പറ്റിയത്. നമ്മുടെ ബാങ്കർമാർ നമ്മുടെ ബാങ്കിംങ്ങ് ഇടപാടുരീതികളേയും നല്ലതുപോലെ മനസ്സിലാക്കിയവരാണ്. അതുകൊണ്ട് തന്നെ നമ്മുടെ പണംകൊണ്ട് അവർക്കെങ്ങിനെ നേട്ടമുണ്ടാക്കുവാൻ സാധിക്കുമെന്നാണ് അവർ ചിന്തിക്കുന്നത്. നമ്മൾ സീനിയർ സിറ്റിസൺ ആണെന്നോ, ഭാര്യ ചികിത്സയിലാണെന്നോ എന്ന തൊന്നും അവർക്കൊരു പ്രശ്നവുമല്ല. ശിവരാമൻനായരുടേത് ഒരു ഉദാഹരണം മാത്രം. എത്രയെത്ര ബാങ്ക് ഇടപാടുകാരാണ് ഇതുപോലെ വഞ്ചിക്കപ്പെടുന്നത്.

ബാങ്ക് നിങ്ങളിൽനിന്ന് ചില സർവീസുകൾക്ക് എക്സ്ട്രാ ചാർജ്ജുകൾ ഈടാക്കും. എന്നാൽ ചെന്നയിലെ മോഹൻ അദ്ദേഹത്തിന്റെ നെറ്റ് ബാങ്കിംങ്ങ് പേജുകൾ ശ്രദ്ധിക്കുവാൻ തുടങ്ങിയപ്പോൾ, മാസംതോറും 25 രൂപ വീതം “ബിൽപേ” ഫീസെന്ന നിലയിൽ ഈടാക്കുന്നതായി കണ്ടെത്തി. അദ്ദേഹം ഓൺലൈനിൽ തന്നെ പരാതി സമർപ്പിച്ചു. “ഞാൻ നിങ്ങളുടെ ഒരു തരത്തിലുമുള്ള “ബിൽപേ” പദ്ധതി ഉപയോഗിക്കുന്നില്ല.” ദിവസങ്ങൾക്കുള്ളിൽ ബാങ്ക് മറുപടി നൽകി. “അത് ഒരു തെറ്റ് സംഭവിച്ചതാണ്. ഈടാക്കിയ സംഖ്യയെല്ലാം തിരികെ എക്കൗ ണ്ടിൽ ക്രെഡിറ്റ് ചെയ്യുന്നതാണ്.”

ആ 25 രൂപ നോക്കുമ്പോൾ ചെറുതായിരിക്കാം. എന്നാൽ ബാങ്കിന്റെ “ആ തെറ്റ്” അനേക ലക്ഷം അവരുടെ ഇടപാടുകാ രോട് ആവർത്തിച്ചാൽ, അതിൽ ചിലപ്പോൾ പകുതിയോളം ഇടപാടുകാർ മാത്രമെ “ആ തെറ്റ്” ശ്രദ്ധിക്കുന്നുള്ളൂവെങ്കിൽ, കോടിക്കണക്കിന് രൂപയാണ് “ആ തെറ്റ്” ഇനത്തിൽ ബാങ്കിന് വന്നു ചേരുന്നത്.

ഇതുപോലെ കമ്പ്യൂട്ടർ തെറ്റുകൾ ബാങ്കുകളിൽ സർവസാധാ രണമായിരിക്കുകയാണ്. ഒരു പ്രമുഖ പൊതുമേഖലാബാങ്കിൽ, സോഫ്റ്റ്വെയർ, 40% നിരക്കിൽ ടി.ഡി.എസ്(സാധാരണ ടി.ഡി.എസ് നിരക്ക് 10% ത്തിന് പകരം) ഡെബിറ്റ് ചെയ്യുന്ന തിനാണ് ഒരുക്കി വച്ചിരിക്കുന്നത് എന്ന് കാണുമ്പോൾ, ആ ബാങ്കിലെ അനേകായിരം ഫിക്സഡ് ഡെപ്പോസിറ്റ് ഉടമകളുടെ

ഗതിയെന്തെന്ന് ആലോചിച്ച് നോക്കേണ്ടതാണ്. ഒരു സ്വകാര്യ ബാങ്കിലെ ഇടപാടുകാരൻ പറയുന്നു. അദ്ദേഹത്തിന്റെ പല ഫിക്സഡ് ഡെപ്പോസിറ്റുകളും റിന്യൂ ചെയ്യുന്ന സന്ദർഭത്തിൽ നൂറ് കണക്കിന് രൂപയുടെ കുറവുകൾ അനുഭവപ്പെട്ടതും അത് ശ്രദ്ധയിൽകൊണ്ട് വന്നപ്പോൾ കമ്പ്യൂട്ടർ തെറ്റിന്റെ പേര് പറഞ്ഞ് ബാങ്ക് പണം ഒരു ക്ഷമാപണത്തോട് കൂടി തിരിച്ചു നൽകുവാൻ സന്നദ്ധമായതുമായ കഥ.

ശ്രദ്ധിക്കുക. ജാഗ്രത പുലർത്തുക. ഇന്റർനെറ്റ് ബാങ്കിംങ്ങിൽ വരികയാണെങ്കിൽ നിങ്ങൾക്ക് ഓൺലൈൻ ബാങ്കിംങ്ങിലൂടെ നിങ്ങളുടെ ഓരോ രൂപയുടേയും നീക്കങ്ങളെ നിങ്ങൾക്ക് ശ്രദ്ധിക്കുവാൻ സാധിക്കും. പരാതികൾ ഉണ്ടെങ്കിൽ ഓൺലൈനിലൂടെ പരിഹാരം കാണുന്നതിനും സാധിക്കും. നിങ്ങൾക്ക് ഓൺലൈനിൽ പോകുവാൻ സാധിക്കുന്നില്ലെങ്കിൽ മാസാമാസം നിങ്ങളുടെ എക്കൗണ്ട് സ്റ്റേറ്റ്മെന്റുകളും പാസ്ബുക്കുകളും വിശദമായി പരിശോധിച്ച് എന്തെങ്കിലും അനാവശ്യ ചാർജ്ജുകൾ ബാങ്കുകൾ ഈടാക്കിയിട്ടുണ്ടെങ്കിൽ പരാതികൾ നൽകി അവ തിരിച്ചു പിടിക്കുന്നതിനുള്ള ശ്രമങ്ങൾ നടത്തേണ്ടതാണ്.

24 വയസ്സുള്ള മേരിക്കുട്ടി അവളുടെ ജോലി ഉപേക്ഷിച്ച് ലണ്ടനിൽ ഉപരിപഠനത്തിനായി പോയപ്പോൾ, അവളുടെ സീറോ- ബാലൻസ് സാലറി എക്കൊണ്ടിൽ 4000 രൂപയുണ്ടായിരുന്നു. ക്വാർട്ടേർലി എക്കൗണ്ട് സ്റ്റേറ്റ്മെന്റുകൾ അവളുടെ ബാംഗ്ലൂരിലുള്ള വസതിയിൽ വന്നുകൊണ്ടിരുന്നു. 2 വർഷം കഴിഞ്ഞ് അവളുടെ പിതാവ് ബാങ്ക് സ്റ്റേറ്റ്മെന്റുകൾ പരിശോധിച്ചപ്പോൾ ആണ് മനസ്സിലാകുന്നത് എല്ലാ ക്വാർട്ടറിലും 827 രൂപ വീതം സർവീസ് ടാക്സായി എക്കൗണ്ടിൽനിന്ന് ബാങ്ക് മാറ്റിയിരിക്കുന്നു എന്നത്. സാലറി ക്രെഡിറ്റ് ചെയ്യാത്തതിനാലാണ് ഇത്തരമൊരു നടപടി എന്നാണ് ബാങ്ക് പറഞ്ഞത്. അപ്പോൾ 393 രൂപ മാത്രം എക്കൗണ്ടിൽ ബാലൻസ് നിന്നിരുന്നുവെന്നതാണ് സത്യസ്ഥിതി.

“സാലറി എക്കൗണ്ടിന്റെ നിയമങ്ങൾ അത്തരത്തിലാണ്” എന്നാണ് ബാങ്ക് അധികൃതരുടെ ഭാഷ്യം. മേരിക്കുട്ടിയും നിയമങ്ങൾ വായിക്കാതെയാണ് ബാങ്ക് ജീവനക്കാരൻ പൂരിപ്പിച്ച

അപേക്ഷാഫോറത്തിൽ ഒപ്പിട്ട് കൊടുത്തത്. എന്തുകൊണ്ടാണ് ഏത് ബാങ്കായാലും സ്വതന്ത്രമായി അവരെ ഏല്പിച്ച പണത്തിൽ നിന്ന് (ചുരുങ്ങിയ 4% നിരക്കിൽ) ഇത്തരത്തിൽ ഉപഭോക്താവിന്റെ പണംകൊണ്ട്, വൻലാഭം അടിച്ചുമാറ്റിയെടുക്കുന്നത്. ബാങ്കിൽ വരുന്ന പണം നല്ല നിരക്കിലല്ലേ അവർ കടം കൊടുക്കുന്നത്. ഇത്തരത്തിലുള്ള നിയമങ്ങൾ അധാർമ്മികതയുടെ പര്യായങ്ങളല്ലേ. അവസാനം ബാങ്ക്, നിരന്തരമായ ഈ-മെയിൽ സന്ദേശങ്ങളുടെ കൈമാറലുകൾ, ബാങ്ക് അനാവശ്യമായി കൈക്കലാക്കിയ പണം മേരിക്കുട്ടിക്ക് തിരിച്ചു നൽകി.

ഒരിക്കലും ഒരു രേഖയും മുഴുവനായി വായിച്ച് മനസ്സിലാക്കാതെ ഒപ്പ് വയ്ക്കരുത്. ധൃതിവയ്ക്കേണ്ട കാര്യങ്ങൾ ഒന്നും തന്നെയില്ല. നിബന്ധനകളെ കുറിച്ച് അറിയാവുന്നവരുമായി ചർച്ചകൾ നടത്തി പൂർണ്ണതൃപ്തിയോട്കൂടി മാത്രമെ രേഖകളിൽ ഒപ്പ് വയ്ക്കാവൂ. ഒളിഞ്ഞിരിക്കുന്ന ചാർജ്ജുകൾ ഈടാക്കി നിങ്ങൾക്ക് പണം നഷ്ടപ്പെടുന്നുണ്ടെങ്കിൽ അത് ബാങ്കറുടെ ശ്രദ്ധയിൽ കൊണ്ട് വന്ന് തിരിച്ചെടുക്കുന്നതിനുള്ള ശ്രമങ്ങൾ നടത്തുക. എന്നിട്ടും ബാങ്കർ വഴങ്ങുന്നില്ലെങ്കിൽ ഉപഭോക്തൃസംഘടനകളുടെ സഹായങ്ങൾ തേടുക.

മുതിർന്ന പൗരന്മാരും തിരക്കുള്ള പ്രൊഫഷണലുകളും ആണ് ഇൻഷ്വറൻസ് തെറ്റായ രീതിയിൽ വിൽക്കുന്ന ഏജന്റുമാരുടെ ഇരകൾ. അതിൽ ഇത്തരം കമ്പനികളുടെ ഏജന്റുമാരായി പ്രവർത്തിക്കുന്ന ബാങ്കുകളും പെടും. ഒരു സീനിയർ പത്രപ്രവർത്തകനെ, അദ്ദേഹത്തിന്റെ ബാങ്കിലെ റിലേഷൻഷിപ്പ് മാനേജർ, പത്രപ്രവർത്തകന്റെ കൈവശമുള്ള ഷെയറുകൾ വിറ്റ് ഒരു പുതിയ നിക്ഷേപ പദ്ധതിയിൽ ചേരണമെന്ന് ആവശ്യപെട്ടപ്പോൾ, അത് ഇൻഷ്വറൻസോ മ്യൂച്ചൽഫണ്ടോ എന്ന് പത്രപ്രവർത്തകൻ ചോദിച്ചപ്പോൾ അതിന് മറുപടി ലഭിച്ചത് ഇത്തരത്തിലാണ്.

“ഈ പദ്ധതി രണ്ടും കൂടിയതാണ്.”

“യുലിപ്സ്. എനിക്കതിൽ താല്പര്യമില്ല.” പത്രപ്രവർത്തകൻ പറഞ്ഞു.

എല്ലാവരും ഇതുപോലെ ആയിക്കൊള്ളണമെന്നില്ല. 70 വയസ്സ് കഴിഞ്ഞ റിട്ടയർ ചെയ്ത ഒരു വ്യക്തിയെ പ്രസ്തുത ഏജന്റ്

വലിയ പ്രതിഫലം ലഭിക്കുമെന്ന് പറഞ്ഞ് ചേർത്ത പദ്ധതിയുടെ യഥാർത്ഥരൂപം അദ്ദേഹത്തിന് ഏജന്റ് പറഞ്ഞുകൊടുത്തിരുന്നില്ല. അത് യൂണിറ്റ്-ലിങ്ക്സ് ഇൻഷൂറൻസ് പദ്ധതി തന്നെയായിരുന്നു. ആ പദ്ധതിയിൽ ഏജന്റിന് വൻ കമ്മീഷനാണ് ലഭിച്ചുകൊണ്ടിരിക്കുന്നത്. വളരെ വർഷങ്ങൾക്ക് ശേഷമാണ് പ്രസ്തുത റിട്ടയർ ചെയ്ത വ്യക്തി മനസ്സിലാക്കുന്നത് അദ്ദേഹത്തിന്റെ നിക്ഷേപതുക 1,50,000 രൂപ 85000 രൂപയായി ചുരുങ്ങിയിരിക്കുന്നു എന്ന്. ഇന്ന് ആ വ്യക്തി നിയമ നടപടികളുമായി മുന്നോട്ട് പോയ്ക്കൊണ്ടിരിക്കുന്നു.

ബാങ്കുകളിലെ റിലേഷൻഷിപ്പ് മാനേജർമാർ അവരുടെ കമ്മീഷനും, മാർക്കറ്റിനും, പ്രമോഷനും വേണ്ടി മാത്രം പ്രവർത്തിക്കുന്നവരാണ്. നിങ്ങൾക്ക് വേണ്ടിയല്ല അവർ പണിയെടുക്കുന്നത്. നിങ്ങളുടെ ബാങ്കർ, ഫിക്സഡ് ഡെപ്പോസിറ്റല്ലാതെ, ഏതെങ്കിലും പദ്ധതിയെകുറിച്ച് ക്യാൻവാസിംങ്ങ് നടത്തിയാൽ നിങ്ങൾ ആ പദ്ധതിയെക്കുറിച്ച് നല്ലതുപോലെ പഠിക്കണം. അറിവുള്ളവരിൽനിന്ന് ഉപദേശങ്ങൾ സ്വീകരിക്കണം. ഒരിക്കലും മോശമായ യുലിപ്പുകളിൽ ചെന്ന് പെടരുത്. യുലിപ്പുകൾ ഏജന്റുമാർക്ക് ഗുണകരമാണ്. ഉപഭോക്താവിന് 10 കൊല്ലം കഴിഞ്ഞതിനുശേഷം മാത്രമെ എന്തെങ്കിലും ഗുണങ്ങൾ ലഭിക്കുകയുള്ളൂ.

താനെയിലുള്ള അരുൺ സക്സേന, ഇന്റർ നാഷണൽ കൺസ്യൂമർ റൈറ്റ്സ് പ്രസിഡന്റ്, ബാങ്കിംങ്ങിന്റെ ഒരു രഹസ്യം വെളിപ്പെടുത്തുന്നു.

“ക്രെഡിറ്റ് കാർഡ് ഇൻഡസ്ട്രി പിടിച്ചു നിൽക്കുന്നത് അവർ ഈടാക്കുന്ന ലേറ്റ് ഫീ ചാർജ്ജുകളിലും പെനാൽട്ടികളിലും ആണ്.’’

മുഹമ്മദ് നാസർ, ബിസിനസ്സ് എക്സിക്യൂട്ടീവ് ഇത്തരം കാര്യങ്ങളെക്കുറിച്ച് തികച്ചും ബോധവാനാണ്. എന്നിട്ടും അദ്ദേഹത്തിന് ദുരനുഭവങ്ങൾ ഉണ്ടായി. അദ്ദേഹം കൃത്യമായി തന്നെ ക്രെഡിറ്റ് കാർഡ് പേയ്മെന്റുകൾ നടത്തിയിരുന്ന വ്യക്തിയായിരുന്നു. എന്നാൽ അദ്ദേഹത്തിന്റെ മാസ സ്റ്റേറ്റ്മെന്റുകൾ ലഭിക്കുന്നത് ഡ്യൂഡേറ്റ് കഴിഞ്ഞതിനുശേഷം ആയിതുടങ്ങി. അദ്ദേഹം ബാങ്ക് ബോക്സിൽ നിക്ഷേപിച്ച ചെക്കുകൾ സമയത്ത് ഡെപ്പോസിറ്റ് ചെയ്തിരുന്നില്ല.

“ഞാൻ ഇതിനെകുറിച്ച് തുടർച്ചയായി പരാതികൾ നൽകി. തിരിച്ചു വിളിക്കാമെന്ന് ബാങ്ക് പറഞ്ഞു. പക്ഷേ അതുണ്ടായില്ല. അതിനു പകരം ബാങ്ക് നൽകിയ സ്റ്റേറ്റ്മെന്റ് പ്രകാരം പണം അടയ്ക്കുന്നതിനുള്ള കോളുകളാണ് ലഭിച്ചുകൊണ്ടിരിക്കുന്നത്. പക്ഷേ ഞാനെങ്ങിനെയാണ് എന്റെ പരാതികൾ പരിഹരിക്കാതെ ബാങ്കിന് പണം നൽകുക.'' അദ്ദേഹം ചോദിക്കുന്നു. ബാങ്ക് ഇതിനിടയിൽ അടയ്ക്കാത്ത തുകയും അതിന് പലിശയും പെനാൽട്ടിയും കൂട്ടി നൽകുവാനുള്ള തുക വൻതുകയാക്കി മാറ്റിക്കൊണ്ടിരുന്നു.

അനീതിയായി ഈടാക്കുന്ന പെനാൽട്ടികളും പലിശയും നൽകുവാൻ സാദ്ധ്യമല്ല എന്നറിയിച്ച് നാസർ ബാങ്കിന് വീണ്ടും കത്ത് നൽകി. ആ കത്തിൽ അന്നുവരെ ഉണ്ടായ സംഭവവികാസങ്ങളെല്ലാം വിശദമായി അദ്ദേഹം എഴുതിയിരുന്നു. ബാങ്ക് ആ കത്തും നിരസിച്ചു. അദ്ദേഹം കൺസ്യൂമർ ഫോറത്തിൽ പരാതി നൽകി. അവസാനം ബാങ്ക് 85000രൂപ മടക്കി നൽകുന്നതിന് സന്നദ്ധമായി. ആ തുകയായിരുന്നു പെനാൽട്ടികളും പലിശകളുമായി ബാങ്ക് അനധികൃതമായി ഈടാക്കുവാൻ ശ്രമിച്ചത്.

കാർഡ് സ്റ്റേറ്റ്മെന്റുകൾ നല്ലതുപോലെ പരിശോധിക്കുക. തെറ്റുകൾ അപ്പോൾ തന്നെ രേഖാമൂലം ബാങ്ക് അധികൃതരുടെ ശ്രദ്ധയിൽകൊണ്ട് വരിക. ഈ-മെയിൽ മന്ത്‌ലി സ്റ്റേറ്റ്മെന്റുകൾ ആവശ്യപ്പെടുക. ഡ്യൂഡേറ്റുകൾക്ക് മുമ്പു തന്നെ കാർഡ് പേയ്മെന്റുകൾ നടത്തുക. ഒരിക്കലും കുടിശിഖ വരുത്താതിരിക്കുക. കാരണം പലിശ അതിന് കൊല്ലത്തിൽ 40% ആണ്.

കമ്പനി എക്സിക്യൂട്ടീവായ ജിനന് പെട്ടെന്ന് 19000രൂപയുടെ ആവശ്യം വന്നു. അയാൾ അയാളുടെ ബാങ്കിന്റെ എ.ടി.എം. കൗണ്ടറിൽ ചെന്നു. അദ്ദേഹത്തിനറിയാമായിരുന്നു അഡ്വാൻസ് സംഖ്യക്ക് പലിശ ഈടാക്കുമെന്ന്. അതിന് അദ്ദേഹം സന്നദ്ധനുമായിരുന്നു. അദ്ദേഹം പറയുന്നു. “19000 രൂപ എന്റെ ക്രെഡിറ്റ് ലിമിറ്റിന് ഉള്ളിലായിരുന്നിട്ടും, എ.ടി.എം. എനിക്കുള്ള 19000 രൂപയും ഒറ്റപ്രാവശ്യം നൽകുന്നതിന് തയ്യാറല്ലായിരുന്നു. അതുകൊണ്ട് 3 പ്രാവശ്യമായി മെഷ്യനിൽനിന്ന് 19000 രൂപ സ്വരൂപിച്ചു. എന്റെ അടുത്ത മാസത്തെ ക്രെഡിറ്റ് സ്റ്റേറ്റ്മെന്റ് ലഭിച്ചപ്പോൾ ആണ് അറിയുന്നത് 300 രൂപ വീതം 3 പ്രാവശ്യം

ക്യാഷ് അഡ്വാൻസ് ഫീസും സർവീസ് ടാക്സായി 3 പ്രാവശ്യം 30.90 രൂപ വീതവും ബാങ്ക് ആ ട്രാൻസാക്ഷന് ഈടാക്കിയിരിക്കുന്നു. ഞാൻ അങ്ങിനെ 661.80 രൂപ ബാങ്കിന് പലിശ കൂടാതെ മറ്റൊരു തുകയായി നൽകുവാൻ ബാദ്ധ്യസ്ഥനായി.'' 3 പ്രാവശ്യമായി ആവശ്യമായ തുക പിൻവലിക്കുവാൻ വന്ന സാഹചര്യവും അദ്ദേഹത്തിൽനിന്നും കൂടുതൽ തുക ഈടാക്കുന്നതിനുള്ള തന്ത്രം മാത്രമായിരുന്നു.

സാധാരണയായി എ.ടി.എം.ൽ നിന്ന് എടുക്കുന്നതിനുള്ള തുകക്ക് നിയന്ത്രണങ്ങളുണ്ട്. നോട്ടുകൾക്കും നിയന്ത്രണമുണ്ട്. (ഏത് ഡിനോമിനേഷനായാലും 40 നോട്ടുകൾ മാത്രം) എന്നിരുന്നാലും ബാങ്കിന്റെ ചുമതലയാണ് ഉപഭോക്താവിന് ദോഷമില്ലാത്തവിധം പണം നൽകുന്നതിനുള്ള സോഫ്റ്റ്‌വെയർ ശരിയാക്കുക എന്നത്. അത് ചെയ്യാതെ വലിയ ഡിനോമിനേഷനിലുള്ള നോട്ടുകൾക്ക് പകരം ചെറിയ ഡിനോമിനേഷനിലുള്ള നോട്ടുകൾ മിഷ്യന് നൽകി ബാങ്ക് ഉപഭോക്താക്കളെ ചൂഷണം ചെയ്യുന്നു.

ബാങ്കിൽനിന്ന് ലോണുകൾ എടുക്കുന്നവരുടെ കാര്യം പ്രതിപാദിക്കാതിരിക്കുകയാണ് ഭേദം. ഇതിനേക്കാൾ അനേകമാണ്ട് കഥകൾ അവർക്ക് സംഭവിച്ച ചതികളെക്കുറിച്ച് അവർക്ക് പറയുവാനുണ്ടെന്നത് വാസ്തവം മാത്രമാണ്. "കയ്ച്ചിട്ട് ഇറക്കാനും വയ്യ, മധുരിച്ചിട്ട് തുപ്പാനും വയ്യ.'' എന്നവസ്ഥയിലാണ് അവർ. അത്രയധികം അനധികൃത ചാർജ്ജുകൾക്ക് അവർ വിധേയരായികൊണ്ടിരിക്കുകയാണ്.

ശിവരാമൻനായർ വഞ്ചിക്കപ്പെട്ടതെങ്ങിനെയാണ്. ഡി.ഡബ്ലിയു.എസ് എന്നത് ഡെവലപ്പ്മെന്റ് ഓഫ് വെൽത്ത് സ്കീം എന്നതിന്റെ ചുരുക്ക പേരല്ല. മറിച്ച് ജർമനിയിൽനിന്ന് കടമെടുത്ത ഒരു പദത്തിന്റെ ഷോർട്ട് ഫോം ഉപയോഗിച്ച് ഡി.ഡബ്ലിയു. എസ് മ്യൂച്ചൽഫണ്ട് എന്ന സ്ഥാപനത്തിന്റെ പേരാണ്. ബാങ്ക് മാനേജർ ഭംഗിയായി ശിവരാമൻനായരെ കെണിയിൽ വീഴ്ത്തിയതാണ്. അബദ്ധം മനസ്സിലായപ്പോൾ ശിവരാമൻനായർ പണം തിരികെ ആവശ്യപ്പെട്ടെങ്കിലും ആ ബാങ്ക് മാനേജരുടെ നിഷേധഭാവത്തിന് പല അർത്ഥങ്ങളും ഉണ്ടയിരുന്നു. ശിവരാമൻനായരുടെ അപേക്ഷ നിരസിച്ചത് അയാൾ എഴുതികൊടുത്ത

കരാറിന്റേയും ഒപ്പിന്റേയും കാര്യങ്ങൾ പറഞ്ഞാണ്. അപ്പോൾ ആണ് എഗ്രിമെന്റിലെ ചെറിയ അക്ഷരങ്ങൾ വായിക്കാതിരുന്നതിന്റേയും, തങ്ങൾ വിവരിച്ച കാര്യങ്ങൾ തന്നെയാണ് എഗ്രിമെന്റിൽ പറഞ്ഞിരിക്കുന്നത് എന്ന് വിശ്വസിപ്പിച്ച് തന്നെ എഗ്രിമെന്റിൽ ഒപ്പിട്ടുവിച്ച ബാങ്ക് സ്റ്റാഫിന്റെ നടപടികളുടേയും വങ്കത്തരം ശിവരാമൻനായർക്ക് മനസ്സിലാകുന്നത്. ചെറിയ അക്ഷരങ്ങൾ നിറഞ്ഞ എഗ്രിമെന്റ് ഫോറം തങ്ങൾതന്നെ പൂരിപ്പിച്ചുകൊള്ളാമെന്നും, പെൻസിൽകൊണ്ട് ഃ മാർക്ക് ചെയ്ത സ്ഥലങ്ങളിലെല്ലാം ഒപ്പിട്ടു തന്നാൽ മതിയെന്നുമുള്ള ബാങ്കറുടെ സൗകര്യപൂർവമായ നടപടികൾ, നിയമങ്ങൾ വായിച്ചു മനസ്സിലാക്കാതെ ഇടപാടുകാരനെക്കൊണ്ട് നിയമപരമായ ഒരു കരാറിൽ ഒപ്പിടുവിക്കുന്നത് മറഞ്ഞിരിക്കുന്ന കള്ളത്തരത്തിന്റെ പുറമെയുള്ള ആവിഷ്ക്കാരം മാത്രമാണ്.

79 വയസ്സിൽ ഒരു വഴക്കിനും സമരത്തിനും ആർക്കും സാധിക്കുകയില്ല. എന്നാൽ ശിവരാമൻനായർ അതിനെല്ലാം അതീതനാണ്. കായികവും കലാപരവുമായ കഴിവുകൾ പുലർത്തുന്നയാൾ. 1957 ൽ എറണാകുളം മഹാരാജാസ് കോളേജിൽനിന്ന് ബിരുദമെടുത്ത് പുറത്തിറങ്ങി. നിയമകാര്യ ഉപദേഷ്ടാക്കളുടെ ആഫീസിൽ അനേകകാലം ജോലി ചെയ്ത് റിട്ടെയർ ചെയ്ത് വിശ്രമിക്കുന്ന അദ്ദേഹത്തിന് നിയമകാര്യങ്ങളെ സംബന്ധിച്ച് ധാരാളം ജ്ഞാനമുണ്ട്. വക്കീലന്മാർ കേസുകൾ പയറ്റി വിജയിക്കുന്നത് കണ്ടിട്ടുണ്ട്. അതുകൊണ്ട് തന്നെ അത്തരം ഒരു ആർജവം അദ്ദേഹത്തിനുമുണ്ട്. ഇന്റർനെറ്റിലൂടെ ലോകത്തെകുറിച്ച് മനസ്സിലാക്കുന്നതിനും ഉയർന്ന് ചിന്തിക്കുന്നതിനും അദ്ദേഹത്തിന് സാധിക്കുന്നുണ്ട്.

എന്നിട്ടും നായർക്ക് വീണ്ടും തോൽവികൾ നേരിടേണ്ടി വന്നു. ബാങ്കിംങ്ങ് ഓംബുഡ്സ്മാന്റെ മുന്നിലുള്ള അദ്ദേഹത്തിന്റെ പരാതിയും റിസർവ് ബാങ്കിന്റെ മുന്നിലുള്ള അദ്ദേഹത്തിന്റെ പരാതിയും മുൻപ് പറഞ്ഞ സാങ്കേതികത്വം പറഞ്ഞ് തള്ളിയപ്പോൾ, സുഹൃത്തുക്കൾ അദ്ദേഹത്തെ ബാങ്കിനെതിരെ കേസു കൊടുക്കുവാൻ നിർബന്ധിച്ചെങ്കിലും വളരെയധികം ദൈർഘ്യമുണ്ടാകുന്ന നിയമയുദ്ധത്തിന് അദ്ദേഹം സന്നദ്ധനായില്ല. എന്തിനേറെ അദ്ദേഹത്തിന്റെ സമ്പാദ്യമായിരുന്ന 7 ലക്ഷം

രൂപയുടെ ഫിക്സഡ് ഡെപ്പോസിറ്റിന് മാസം തോറും ലഭിച്ചിരുന്ന പലിശയില്ലാതായത് മാത്രം മിച്ചം.

ഇങ്ങിനെയൊരു പറ്റ് പറ്റിയതിൽ ശിവരാമൻനായർ അത്രക്കും ലജ്ജിതനായിരുന്നു. എന്നാലും അദ്ദേഹത്തിന്റെ ആവേശം ചെന്നെത്തിയത് മറ്റൊരു വിധത്തിലായിരുന്നു. ഇപ്പോൾ അദ്ദേഹം ഒരു ടീഷർട്ട് ധരിച്ചുകൊണ്ടാണ് നടക്കുന്നത്. അതിൽ ഇങ്ങനെ രേഖപ്പെടുത്തിയിരിക്കുന്നു.

“സൂക്ഷിക്കുക... ബാങ്ക് ചതിയനാണ്. അത് എന്നെ ചതിച്ചു. അത് നിങ്ങളേയും ചതിക്കും.”

ശിവരാമൻനായർ ചോദിക്കുന്നു “ഇതല്ലാതെ വേറെ എന്തെങ്കിലും ഉപദേശങ്ങൾ നിങ്ങൾക്ക് നൽകുവാനുണ്ടോ?”

പുതിയ ടീഷർട്ട് ധരിച്ച് ശിവരാമൻനായർ ബാങ്കിന്റെ മുന്നിലെത്തി. കൗണ്ടറിന് മുന്നിൽ നിലയുറപ്പിച്ചു. മറ്റു പല ഉപഭോക്താക്കളും തങ്ങളുടെ ദുരനുഭവങ്ങൾ പങ്കു വെച്ചു. ശിവരാമൻനായർ വളരെ സന്തോഷവാനായി ആടിപാടി നടന്നു. ബാങ്കധികൃതർ പോലീസിനെ വിളിച്ചില്ല. പ്രശ്നങ്ങൾ വാർത്തകളായി. ചാനലുകൾ ആഘോഷിച്ചു. ഉപഭോക്തൃ സംഘടനകൾ രംഗത്ത് വന്നു. ഓംബുഡ്സ്മാന്റെ വിധി ശിവരാമൻനായരെ പെട്ടെന്ന് തളർത്തിയെങ്കിലും ഉടനെ അദ്ദേഹം ശക്തി വീണ്ടെടുക്കുകയും നിരന്തരമായ പോരാട്ടത്തിന് തയ്യാറാക്കുകയും ചെയ്തു എന്നതാണ് സ്ഥിതി. പ്രശ്നം ചാനലുകളും മാദ്ധ്യമങ്ങളും ഏറ്റെടുത്തപ്പോൾ, ബാങ്ക് മാനേജർ ശിവരാമൻനായരുടെ വീട്ടിലെത്തി പ്രശ്നപരിഹാരത്തിന് തുനിഞ്ഞു. 7 ലക്ഷം രൂപയുടെ ചെക്ക് ശിവരാമൻനായർക്ക് മടക്കി നൽകി.

മഹാമാരി
മഹാനാശം വിതക്കുന്നു

കോവിഡ് 19 എന്ന മഹാമാരി ലോകം മുഴുവൻ മഹാനാശം വിതച്ച് കലിതുള്ളി നീങ്ങുകയാണ്. ജനങ്ങളാകെ മരണഭീതിയേക്കാൾ കൂടുതൽ അതിജീവനഭീതിയിലാണ്. രാജ്യങ്ങളും അവയുടെ ഭരണകൂടങ്ങളും എന്ത് ചെയ്യണമെന്നറിയാതെ ഉഴലുകയാണ്. എന്നിരുന്നാലും തങ്ങളുടെ വിവേകത്തിനും പ്രാപ്തിക്കും അനുസരിച്ച് കോവിഡിനെ നിയന്ത്രണവിധേയമാക്കുവാൻ പരിശ്രമിച്ചുകൊണ്ടിരിക്കുന്നു. ചിലർ ലക്ഷ്യപ്രാപ്തിയിലേക്ക് നീങ്ങുന്നുവെന്നത് ശുഭോദാർക്കമായ വസ്തുതയാണ്.

കോവിഡിനെ നിയന്ത്രിക്കുവാൻ ഭാരതവും കച്ചകെട്ടി ഇറങ്ങിയിട്ടുണ്ട്. കൂടെ കേരളവും. രാജ്യമാകെ ലോക്ക്ഡൗൺ പ്രഖ്യാപിക്കുന്നതിന് മുമ്പ് തന്നെ നമ്മുടെ സംസ്ഥാനത്ത് നിയന്ത്രണങ്ങൾ ഏർപ്പെടുത്തി തുടങ്ങി. മാർച്ച് അവസാനവാരം മുതൽ ഏപ്രിൽ, മെയ് എന്നീ മാസങ്ങളിൽ പരിപൂർണ്ണമായും ലോക്ക്ഡൗൺ തന്നെയായിരുന്നു. വ്യാപാരസ്ഥാപനങ്ങളോ, മറ്റു സംവിധാനങ്ങളോ ഒന്നും തന്നെ പ്രവർത്തിച്ചില്ല. ജൂൺ ആദ്യവാരം മുതലാണ് അൺലോക്ക് പ്രക്രിയയുടെ ഇളവുകൾ രാജ്യത്താകമാനവും കേരളത്തിലും ഉണ്ടായത്. പെട്ടെന്ന് അടച്ചുപൂട്ടിയ സ്ഥാപനങ്ങൾ രണ്ട് മാസത്തിനുശേഷം തുറക്കുവാൻ

ആരംഭിച്ചപ്പോൾ തന്നെ കടകളിലെ സ്റ്റോക്കുകൾ നശിച്ച് കനത്ത നഷ്ടം വ്യാപാരസ്ഥാപന ഉടമകൾക്കുണ്ടായി. നഷ്ട ങ്ങൾ ഓർത്ത് വിലപിക്കുകയല്ലാതെ മറ്റു മാർഗ്ഗങ്ങൾ ഒന്നും ഉണ്ടായില്ല.

ലോക്ക്ഡൗണിൽ ഇളവുകൾ ഉണ്ടായെങ്കിലും തുടർന്ന് പല പ്രദേശങ്ങളും കണ്ടെയ്മെന്റ് സോണുകളും ക്ലസ്റ്ററുകളു മായി അതിതീവ്ര നിയന്ത്രണങ്ങളുമായി ഇപ്പോഴും മുന്നോട്ട് പോയ്ക്കൊണ്ടിരിക്കുകയാണ്. പലയിടത്തും മാർക്കറ്റുകളും ചന്തകളും വ്യാപാരസ്ഥാപനങ്ങളും പൂർണ്ണമായി തുറക്കുവാൻ സാധിക്കുന്നില്ല. ഈ നിയന്ത്രണങ്ങൾ ഏറ്റവും കൂടുതൽ ബാധിച്ചത് വ്യാപാരസ്ഥാപനങ്ങളെയാണ്. കൂട്ടത്തിൽ ചെറുകിട വെണ്ടർമാർ, ഹാക്കർമാർ, പെട്ടികടകൾ, തട്ട്കടകൾ എന്നി വർക്കും പ്രവർത്തിക്കുവാൻ സാദ്ധ്യമല്ലാതെ വന്നു. സ്ഥാപന ഉടമകളേയും തൊഴിലാളികളേയും പൂർണ്ണമായും നാശനഷ്ടങ്ങ ളുടെ കരാളഹസ്തം പിടികൂടി കഴിഞ്ഞു. മാർക്കറ്റുകളും, തരകുകളും ചന്തകളും പലതും പൂട്ടിയിടൽ തുടർകഥ പോലെ ആയികഴിഞ്ഞു. എന്തു ചെയ്യണമെന്നറിയാതെ ഏവരും അതിജീവനത്തിനായി നെട്ടോടമോടിക്കൊണ്ടിരിക്കുന്നു.

നിയന്ത്രണങ്ങളിൽ ഇളവ് വന്നിട്ട് കൂടി ശരിയായ രീതിയിൽ പ്രവർത്തനം നടത്തുവാൻ പോലും വ്യാപാരസ്ഥാപനങ്ങൾ ക്ക് ആകുന്നില്ല. സ്ഥാപനത്തിൽ ഉണ്ടാകേണ്ട വ്യക്തികളുടെ എണ്ണത്തിലുള്ള നിയന്ത്രണം ഉപഭോക്താക്കൾ കടയിൽ കയറുന്നതിനുള്ള നിയന്ത്രണം ഇവയെല്ലാം വ്യാപാരത്തെ ബാധിച്ചുകൊണ്ടിരിക്കുന്നു. വ്യാപാരം നടന്നില്ലെങ്കിൽ അത് വ്യാപാരികളെ മാത്രമല്ല സർക്കാരുകളെയും വൻ സാമ്പത്തി കപ്രതിസന്ധിയിലാക്കും. ജൂലൈ 31 വരെയുള്ള കണക്കുകൾ വളരെ പരിതാപതകരമായ സ്ഥിതിവിശേഷത്തെയാണ് സൂചിപ്പിക്കുന്നത്. ആകെ ജനസംഖ്യയിൽ 5 ശതമാനത്തോളം വരുന്ന ഉദ്യോഗസ്ഥർക്കും, പെൻഷൻകാർക്കും, കോർപ്പറേറ്റ് ജീവനക്കാർക്കും മാത്രമാണ് വരുമാനത്തിൽ വലിയ കുറവി ല്ലാതെ പോകുന്നത്. എന്നാൽ അവർക്കും സാലറി ചാലഞ്ച് പോലെയുള്ള വൈതരണികൾ വേറെയുണ്ട്. തൊഴിൽസ്ഥാപ നങ്ങൾ സുഖകരമായി പ്രവർത്തിക്കാത്തതുകൊണ്ട് അതിനെ

ചുറ്റിപ്പറ്റി ജീവിക്കുന്ന തൊഴിലാളികൾ, ചുമട്ട് തൊഴിലാളികൾ, ദിവസവേതനക്കാർ, ഓട്ടോ-ടാക്സി-ലോറി ജീവനക്കാർ, ബസ് ഉടമകൾ-ബസ് തൊഴിലാളികൾ എന്നിവരെല്ലാം ജീവിക്കുന്ന തിനുവേണ്ടിയുള്ള വരുമാനം ലഭിക്കുന്നതിൽ വളരെ പുറകോട്ട് പോയതിനാൽ കമ്പോളത്തിൽ വരുന്നതിനും ഉല്പന്നങ്ങൾ വാങ്ങുന്നതിനും ഉള്ള ശ്രമങ്ങൾ തുലോം കുറച്ചിരിക്കുകയാണ്.

പലരുടേയും തൊഴിലുകൾ നഷ്ടപ്പെട്ടു. ബസുകൾ പൂർണ്ണമായും ഓടുന്നില്ല. മാളുകൾ പ്രവർത്തിക്കുന്നില്ല. വിനോദകേന്ദ്രങ്ങൾ ഒന്നും തന്നെയില്ല. ആരാധനാലയങ്ങളും അനുബന്ധ സംവിധാനങ്ങളും പ്രവർത്തിക്കാതെയിരിക്കുന്നു. പിന്നെ എങ്ങിനെയാണ് പൊതുജനത്തിന് ക്രയവിക്രത്തിന് അവസരം ഉണ്ടാകുക. വ്യാപാരങ്ങൾ നടത്തുക.

തുറന്ന വ്യാപാരസ്ഥാപനങ്ങൾ പോലും വൻപ്രതിസന്ധിയെ നേരിട്ട്കൊണ്ടിരിക്കുന്നു. സർക്കാരുകൾ പ്രഖ്യാപിച്ച ആനുകൂല്യങ്ങൾ ഒന്നുംതന്നെ ഒരുതരത്തിലുള്ള വ്യാപാരികൾക്കും ലഭിക്കുന്നില്ല. ആകെ പ്രഖ്യാപിച്ച ലോണുകളുടെ മോറോട്ടോറിയത്തിന്റെ കാലാവധിയും അവസാനിച്ചിരിക്കുന്നു. ലോണുകളുടെ തിരിച്ചടവ്, സ്ഥാപനങ്ങളിലെ ഹാജരായവരും അല്ലാത്തവരുമായ ജീവനക്കാരുടെ വേതനം, വൈദ്യുതിചാർജ്, വാടക, പലിശകൾ, കടം വീട്ടുന്നതിനുള്ള തുക കണ്ടെത്തൽ എന്നിവക്ക് പുറമേ സർക്കാർ സംരക്ഷണം ഇല്ല എന്നു മാത്രമല്ല ഉദ്യോഗസ്ഥതല പീഡനങ്ങളും തുടർന്നുകൊണ്ടിരിക്കുന്നു. വാണിദ്യ നികുതി വകുപ്പാകട്ടെ കാലഹരണപ്പെട്ട വാറ്റ് നിയമത്തിന്റെ പേരിൽ ഇല്ലാത്ത കുടിശിഖകൾക്കുള്ള നോട്ടീസുകൾ നൽകിക്കൊണ്ടിരിക്കുന്നു. സർക്കാർ പ്രഖ്യാപിച്ച പല ഇളവുകൾപോലും നൽകുന്നതിന് പല സർക്കാർ വകുപ്പുകളും വിമുഖത കാണിക്കുന്നു. അടച്ച് പൂട്ടലിന് തയ്യാറെടുക്കുന്ന വ്യാപാരികളെ കൈത്താങ്ങ് നൽകി സംരക്ഷിക്കുവൻ തയ്യാറാകുന്നില്ല എന്നു മാത്രമല്ല അടച്ചുപൂട്ടലിന്റെ ഗതിവേഗം വർദ്ധിപ്പിക്കുന്നതിനുള്ള ശ്രമത്തിലാണ് സർക്കാരിന്റെ പല വകുപ്പുകളും നീങ്ങിക്കൊണ്ടിരിക്കുന്നത്.

രണ്ടു പ്രളയകെടുതികളുടെ വൻ നഷ്ടങ്ങൾ സഹിച്ചതിനുശേഷമാണ് സ്വയംമുതൽ മുടക്കി തൊഴിൽ കണ്ടെത്തിയ കേരളത്തിലെ വ്യാപാരികൾ അതിജീവനത്തിന് തയ്യാറായി

സാഹസികമായി നിന്നിരുന്നത്. എന്നാൽ “ഇടിവെട്ടേറ്റവനെ പാമ്പു കടിച്ചു” എന്ന മട്ടിലാണ് മഹാമാരിയുടെ വിപത്തുകൾ വ്യാപാരമേഖലയെ ഗ്രസിച്ചത്. ഒരു വർഷത്തെ ലാഭനഷ്ട കണക്കിൽ വ്യാപാരികൾക്ക് അല്പം ആശ്വാസകരമായ അവസ്ഥ ഉണ്ടകുന്നത് സീസൺ കച്ചവടങ്ങളിൽനിന്നാണ്. ഈ മഹാമാരിയുടെ ആഗമനം ഈ വർഷത്തെ സീസൺ കച്ചവടങ്ങളെ ആകെ തകർത്തു തരിപ്പണമാക്കി. സ്കൂൾ തുറക്കൽ സീസൺ, വിഷു-ഈസ്റ്റർ-റംസാൻ സീസണുകൾ, ഓണം-ബക്രീദ് സീസണുകൾ എല്ലാം മഹാമാരി കാർന്നു തിന്നു.

പൊതുജനങ്ങളാകട്ടെ പണത്തിന്റെ വരുമാനത്തിലുള്ള കുറവ് കാരണം വളരെ ശ്രദ്ധിച്ചു മാത്രമാണ് ചിലവ് ചെയ്യുന്നത്. സാധനങ്ങളുടെ വാങ്ങൽ കുറയുന്നു. നിത്യോപയോഗ സാധനങ്ങൾ അത്യാവശ്യത്തിനു മാത്രം വാങ്ങി തൃപ്തിപ്പെടുകയാണ്. നാളത്തെ അവസ്ഥ എന്തായിരിക്കുമെന്ന് ആർക്കും പ്രവചിക്കുവാൻ സാദ്ധ്യമല്ലല്ലോ.

കോവിഡ് പല പാഠങ്ങളും ജനങ്ങൾക്ക് നൽകിയിട്ടുണ്ട്. ആഡംബരങ്ങൾക്കും, ആഘോഷങ്ങൾക്കും അറുതി വരുത്തി. നിത്യോപയോഗ സാധനങ്ങൾ ലഭിക്കണമെങ്കിൽ അയൽപക്കത്തുള്ള ചെറുകിട വ്യാപാരികളെ ആശ്രയിക്കണം. മാൾ സംസ്കാരങ്ങൾക്ക് തിരിച്ചടിയേറ്റു. അനാവശ്യമായി സാധനങ്ങൾ വാങ്ങിച്ചുകൂട്ടുന്ന പ്രവണത ഇല്ലാതായി. നമമുടെ നാട്ടിലെ കൃഷിയും നമ്മുടെ നാട്ടിലെ അതാത് പ്രദേശത്തെ ചെറുകിട വ്യാപാരവും മാത്രമാണ് ഉപഭോക്താക്കൾക്ക് എന്നും ആശ്രയിക്കാവുന്ന സങ്കേതങ്ങൾ എന്നും മനസ്സിലായി. എന്നിട്ടും ചെറുകിട വ്യാപാരികളും കർഷകരും വൻ പ്രതിസന്ധിയെ നേരിട്ടുകൊണ്ടിരിക്കുകയാണ്. കാരണം ഉപഭോക്താക്കൾ കൂടുതൽ പിശുക്കന്മാരായി.

പരിതസ്ഥിതികൾ മാറണമെങ്കിൽ കോവിഡിനെ ഭയപ്പെടാതെ, ജാഗ്രതയോട്കൂടി നേരിട്ട് മുന്നേറുവാനുള്ള സ്ഥിതിവിശേഷം സംജാതമാകണം. കർഷകർക്കും ചെറുകിട വ്യാപാരികൾക്കും നിലനിൽക്കുന്നതിനാവശ്യമായ സംരക്ഷണവും സാമ്പത്തിക സഹായങ്ങളും സർക്കാർ നൽകണം. അത് വഴി പണം ചിലവ് ചെയ്യുവാൻ ഏവർക്കും സാധിക്കുന്ന വിധത്തിൽ വരുമാന

സ്ഥിരത ഏർപ്പെടുത്തുവാൻ സർക്കാർ മുന്നോട്ട് വരണം. ഫാക്ടറികളും, വയലേലകളും എല്ലാ ഗണങ്ങളിലുംപെട്ട വ്യാപാരസ്ഥാപനങ്ങളും തുറന്നു പ്രവർത്തിക്കുവാനുള്ള അവസരം നൽകണം. ജാഗ്രത പുലർത്തുന്നതിനുള്ള നിയന്ത്രണങ്ങൾ ആകാം. എന്നാൽ പരിപൂർണ്ണ ലോക്ക്ഡൗൺ ഒഴിവാക്കുക തന്നെ വേണം.

ഒരു രാജ്യത്തിന്റെ മുഴുവൻ പ്രവർത്തനങ്ങളും നിർത്തിവെച്ച് ആർക്കും മുന്നോട്ട് പോകുവാനാകില്ല. അത് കോവിഡ് മരണത്തേക്കാൾ കൂടുതൽ പട്ടിണി മരണങ്ങളിലേക്കും, ആത്മഹത്യകളിലേക്കും നയിക്കും. മഹാമാരിയെ നേരിടുവാൻ ശാസ്ത്രീയ സമീപനങ്ങളുണ്ടാകണം. ഏവരും ജാഗ്രത പുലർത്തേണ്ട സമയം തന്നെയാണ്. രോഗം പടരാതിരിക്കുവാനും കൂടുതൽ മരണങ്ങൾ ഉണ്ടാകാതിരിക്കുന്നതിനും ഫലപ്രദമായ സ്വയം നിയന്ത്രണം ഏർപ്പെടുത്തുവാൻ സമൂഹത്തിലെ മുഴുവൻ ജനവിഭാഗങ്ങളും തയ്യാറെടുക്കുക തന്നെ വേണം.